ಮಂಜಿನ ಬೆಟ್ಟದ ಸಾಹಸಿ ಚಿರತೆ

ಯೋಧನೊಬ್ಬನ ವೀರಗಾಥೆ..

AA000581

ಚಕ್ರವರ್ತಿ ಸೂಲಿಬೆಲೆ

ಮಂಜಿನ ಬೆಟ್ಟದ ಸಾಹಸಿ ಚಿರತೆ

ಯೋಧನೊಬ್ಬನ ವೀರಗಾಥೆ..

ಚಕ್ರವರ್ತಿ ಸೂಲಿಬೆಲೆ

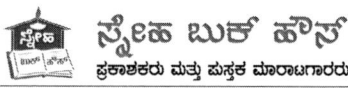

ಸ್ನೇಹ ಬುಕ್ ಹೌಸ್
ಪ್ರಕಾಶಕರು ಮತ್ತು ಪುಸ್ತಕ ಮಾರಾಟಗಾರರು

ನಂ. 165, 10ನೇ ಮುಖ್ಯ ರಸ್ತೆ, ಶ್ರೀನಗರ, ಬೆಂಗಳೂರು–560050
ಮೊಬೈಲ್: 9845031335 email: snehabookhouse@gmail.com

Manjina Bettada Sahasi Chirate *by*
Chakravarti Sulibele

Published by **Sneha Book House**
65/A, Near Srinagar Bus Stand, 10th Main,
Srinagar, Bangalore-560 050. Mobile: 98450
31335

email:snehabookhouse@gmail.com

ಹಕ್ಕುಗಳು: ಲೇಖಕರು

ISBN 978-81-943144-7-9

ಪ್ರಥಮ ಮುದ್ರಣ : 26-07-2020 ಪ್ರತಿಗಳು–1000

ದ್ವಿತೀಯ ಮುದ್ರಣ: 28-07-2020 ಪ್ರತಿಗಳು–2000

ಬಳಸಿದ ಕಾಗದ : 80 GSM NS Maplitho

ಬೆಲೆ : 100/–

ಪುಟಗಳು : 96

ಮುಖಪುಟ : ಶ್ರೀನಿವಾಸ್

ಅಕ್ಷರ ಜೋಡಣೆ : 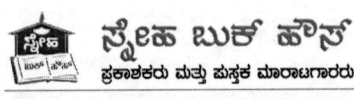 ಉದಯ್ ಸಿಂಗನಮಲ್ಲಿ
99808 67456

ಮುದ್ರಣ : Printone Solutions, Navi Mumbai

ಸ್ನೇಹ ಬುಕ್ ಹೌಸ್
ಪ್ರಕಾಶಕರು ಮತ್ತು ಪುಸ್ತಕ ಮಾರಾಟಗಾರರು
ನಂ. 165, 10ನೇ ಮುಖ್ಯ ರಸ್ತೆ, ಶ್ರೀನಗರ, ಬೆಂಗಳೂರು–560050
ಮೊಬೈಲ್: 9845031335   email: snehabookhouse@gmail.com

ಅರ್ಪಣೆ

ಗಾಲ್ವಾನ್ ಕಣಿವೆಯಲ್ಲಿ ಚೀನಿಯರ ಮೋಸಕ್ಕೆ ಬಲಿಯಾದ,
ಶತ್ರುಗಳನ್ನು ಕೊಲ್ಲುತ್ತಲೇ ವೀರಗತಿ ಪಡೆದ ಆ ಸೈನಿಕರಿಗೆ

ಲೇಖಕರ ಮಾತು

ಪಾಕಿಸ್ತಾನಿಗಳ ನಡುಗಿಸಿದ ಮಂಜಿನಬೆಟ್ಟದ ಸಾಹಸಿ ಚಿರತೆ

ಮರೆವು ಅನ್ನೋದು ಒಳ್ಳೆಯದ್ದೋ ಕೆಟ್ಟದ್ದೋ ಗೊತ್ತಿಲ್ಲ. ಆದರೆ ಅದೊಂದು ರೋಗವಂತೂ ಹೌದು. ನಾವು, ಭಾರತೀಯರಂತೂ ಮರೆಯುವುದರಲ್ಲಿ ನಿಸ್ಸೀಮರು. ಅದರಲ್ಲೂ ಹುತಾತ್ಮರನ್ನು, ನಮ್ಮ ಸುಂದರ ಬದುಕಿಗೆ ಕಾರಣರಾದವರನ್ನು, ನಮ್ಮ ಒಳಿತಿಗಾಗಿ ಜೀವ ತೇಯ್ದವರನ್ನು ಮರೆತು ಬಿಡುತ್ತೇವೆ. ಹೌದು, ನಾನು ಮರೆತು ಹೋದ ಆ ಮಹಾನಾಯಕರ ಕುರಿತಂತೆಯೇ ಮಾತನಾಡುತ್ತಿರೋದು. ಈ ದೇಶ ಸುಮಾರು ಸಾವಿರ ವರ್ಷಗಳ ಕಾಲ ಅನ್ಯರ ಆಳ್ವಿಕೆಗೆ ಒಳಗಾಯ್ತು. ಗುಲಾಮಿತನ ನಮ್ಮ ರಕ್ತವನ್ನು ಆವರಿಸಿಕೊಂಡಿದ್ದು ನಿಜವಾದರೂ ಅದೇ ರಕ್ತದೊಳಗೆ ಯಾರಿಗೂ ಗೊತ್ತಾಗದಂತೆ ಕ್ಷಾತ್ರವೀರ್ಯ ಹುದುಗಿಕೊಂಡಿತ್ತು. ಹೀಗಾಗಿಯೇ ಬೇರೆಡೆಯೆಲ್ಲಾ ಆಕ್ರಮಣಕಾರಿಗಳು ಶಾಶ್ವತವಾಗಿ ಸ್ಥಳೀಯರನ್ನು ಗುಲಾಮರಾಗಿಸಿಕೊಂಡು ಅವರ ಸಂಸ್ಕೃತಿಯನ್ನೇ ಬದಲಾಯಿಸುವಲ್ಲಿ ಯಶಸ್ಸು ಪಡೆದರೆ ಭಾರತದ ಕಥೆ ಹಾಗಾಗಲಿಲ್ಲ. ಇಲ್ಲಿ ನಮ್ಮದ್ದೇ ಆದ ಹೋರಾಟದ ಮಾರ್ಗ ರೂಪುಗೊಂಡಿತ್ತು. ಆಕ್ರಮಣಕಾರಿಗಳ ವಿರುದ್ಧ ನಿರಂತರವಾಗಿ ಬಡಿದಾಡುತ್ತಲೇ ನಮ್ಮತನವನ್ನು ಉಳಿಸಿಕೊಂಡು ಕೊನೆಗೂ ರಾಷ್ಟ್ರವನ್ನು ಮರಳಿಪಡೆದೆವು. ದುರದೃಷ್ಟವಶಾತ್ ಕ್ಷಾತ್ರತೇಜದ ಬಲದ ಮೇಲೆ ರಾಷ್ಟ್ರವನ್ನು ಪಡಕೊಂಡವರು ಮೂಲೆಗುಂಪಾದರು, ಬ್ರಿಟೀಷರ ದಾಸ್ಯದ ಬುದ್ಧಿಯನ್ನು ರಕ್ತದೊಳಕ್ಕೆ ಸೇರಿಸಿಕೊಂಡಿದ್ದ ಜನ ಅಧಿಕಾರದ ಪಡಸಾಲೆಗಳಲ್ಲಿ ಅಡ್ಡಾಡಲಾರಂಭಿಸಿದರು. ಹೀಗಾಗಿಯೇ ಹೋರಾಟದ ಹಾದಿಯಲ್ಲಿದ್ದವರನ್ನು ಮರೆಯಬೇಕೆಂಬ ಪ್ರಯತ್ನಪೂರ್ವಕವಾದ ತಯಾರಿ ಆರಂಭವಾಯ್ತು. ಅದರಿಂದಾಗಿಯೇ ಸುಭಾಷ್‌ಚಂದ್ರ ಬೋಸರಿಗಿಂತ ಹೆಚ್ಚು ಜವಾಹರಲಾಲ್ ನೆಹರೂರವರ ಹೆಸರು ಅಡ್ಡಾಡುವುದು. ಅದರಿಂದಾಗಿಯೇ ಲಾಲ್‌ಬಹದ್ದೂರ್ ಶಾಸ್ತ್ರಿಯವರಿಗಿಂತ ಹೆಚ್ಚಿನ ಗೌರವ ಇಂದಿರಾಳಿಗೆ ದಕ್ಕಿರುವುದು ಮತ್ತು ಇದರಿಂದಾಗಿಯೇ ಹುತಾತ್ಮರ ಜಾಗದಲ್ಲಿ ಗಾಂಧಿಯ ಪರಿವಾರ ವೈಭವದಿಂದ ಮೆರೆಯುತ್ತಿರೋದು!

ಈ ಕೃತಿಯಲ್ಲಿ ನಾನು ಹೇಳಹೊರಟಿರುವ ಕಥೆ ಯಾವುದೋ ರಾಜಕಾರಣಿಯದ್ದಲ್ಲ. ದೇಶವನ್ನು ಆಳಿದವನದ್ದಲ್ಲ. ಅಧಿಕಾರಿಯಾಗಿ ಯೋಜನೆ ರೂಪಿಸಿ ದೇಶದ ಒಳಿತಿಗೆ ಪ್ರಯತ್ನಿಸಿದವನಲ್ಲ. ಬದಲಿಗೆ, ಗಡಿ ತುದಿಯಲ್ಲಿ ನಿಂತು ತನ್ನ ಪ್ರಾಣವನ್ನು ಸಮರ್ಪಿಸಲು ಸಜ್ಜಾದ ಒಬ್ಬ ಮಹಾನಾಯಕನದ್ದು; ಮಹಾ ಸೈನಿಕನದ್ದು! ಸೈನಕರ ಕುರಿತಂತೆ ಮಾತನಾಡುವಾಗ ಯಾರು ಶ್ರೇಷ್ಠ, ಯಾರು ಕನಿಷ್ಠ ಎಂದು ಹೇಳಲಾಗದು. ಆದರೆ ಈತ ನಿಜಕ್ಕೂ ಶ್ರೇಷ್ಠ. ಅಜ್ಞಾನದ ಮುಸುಕು ಹೇಗಿತ್ತೆಂದರೆ ಬಹುಶಃ ಕಾರ್ಗಿಲ್‌ನ ಬೆಟ್ಟಗಳನ್ನೇರುತ್ತಾ ಲಡಾಖ್‌ನಲ್ಲಿರುವ ಖರ್‌ದುಂಗ್‌ಲಾ ಪಾಸಿಗೆ ಹೋಗಿರದಿದ್ದರೆ ಈತನ ಪರಿಚಯ ನನಗೂ ಆಗಿರುತ್ತಿರಲಿಲ್ಲ. ನನ್ನನ್ನು ಮಾರುತಿ ವ್ಯಾನಿನಲ್ಲಿ ಖರದುಂಗ್‌ಲಾ ಬೆಟ್ಟಕ್ಕೊಯ್ದ ತರುಣ ಚಾಲಕ ನನಗೆ ಆ ಸೈನಿಕನನ್ನು ಪರಿಚಯಿಸಿದ್ದ. ಆ ಬೆಟ್ಟದ ಮೇಲೆ ಚೆವಾಂಗ್ ರಿಂಚೆನ್ ಎಂಬ ಆ ಸೈನಿಕನ ಚಿತ್ರ ನೋಡಿ ಆತನಾರೆಂದು ಸಹಜವಾಗಿಯೇ ಕೇಳಿದ್ದೆ. ಅದನ್ನು ಕೇಳಿದೊಡನೆ ಚಾಲಕನ ಕಂಗಳಲ್ಲಿ ಮಿಂಚು. 'ಆತನಿಲ್ಲದೇ ಹೋಗಿದ್ದರೆ ನಾವೂ ಇರುತ್ತಿರಲಿಲ್ಲ, ಲಡಾಖ್ ಭಾರತದಲ್ಲೂ ಇರುತ್ತಿರಲಿಲ್ಲ' ಎಂದ! ರಿಂಚೆನ್‌ನ ಬಗ್ಗೆ ಆತನಿಗೆ ಬಹಳವಾದ ಮಾಹಿತಿ ಇರಲಿಲ್ಲ. ಆದರೆ ಗೌರವವಂತೂ ಅಪಾರವಾಗಿತ್ತು. ನನಗೆ ಅಷ್ಟು ಸಾಕು! ಮರಳಿ ಬಂದೊಡನೆ ಆತನ ಕುರಿತಂತೆ ಮಾಹಿತಿ ಕಲೆ ಹಾಕಲು ಆರಂಭಿಸಿ ಅವಾಕ್ಕಾಗಿಬಿಟ್ಟೆ. ನಾಡು ಸಂಕಟದಲ್ಲಿದೆ ಎಂದು ಅರಿವಾದೊಡನೆ ಓದನ್ನು ಬದಿಗಿಟ್ಟು ಪಾಕಿಸ್ತಾನಿಯರ ವಿರುದ್ಧ ಸ್ವಯಂಸ್ಫೂರ್ತಿಯಿಂದ ಯುದ್ಧಕ್ಕೆ ಸಜ್ಜಾದ ತರುಣ ಆತ. ತಾನೊಬ್ಬನೇ ಅಲ್ಲ, ಜೊತೆಗಾರರಿಗೂ ಪ್ರೇರಣೆ ಕೊಟ್ಟು, ಸೈನ್ಯಕ್ಕೆ ವಿಶ್ವಾಸಕೊಟ್ಟು ತರಬೇತಿಯನ್ನು ಪಡೆದು ಪಾಕಿಸ್ತಾನದ ಪಡೆಯನ್ನು ತಿಂಗಳುಗಟ್ಟಲೆ ಅಡ್ಡಗಟ್ಟಿದವನು. ಮೊದಲು ಯುದ್ಧ ಮಾಡಿ ಆನಂತರ ಸೈನ್ಯಕ್ಕೆ ಸೇರಿದ ಬಹುಶಃ ಜಗತ್ತಿನ ಮೊತ್ತಮೊದಲ ಸೈನಿಕ ಚೆವಾಂಗ್ ರಿಂಚೆನ್! ತಾತ್ಕಾಲಿಕ ತರಬೇತಿ ಪಡೆದು ಯುದ್ಧದಲ್ಲಿ ಭಾಗವಹಿಸಿ ಮೊದಲನೇ ಬಾರಿಗೆ ಮಹಾವೀರ ಚಕ್ರ ಪಡೆದ ಮೊದಲ ಭಾರತದ ಸೈನಿಕ ಆತನೇ! ಆತ ಕಾದಾಡಿದಷ್ಟೂ ಶತ್ರುಗಳು ಪತರಗುಟ್ಟುತ್ತಿದ್ದರು. ಕೈಲಿ ಶಸ್ತ್ರ ಹಿಡಿದರೆ ಆತ ಕದನಕಲಿಯೇ. ಆದರೂ ಉನ್ನತ ಪದವಿ ಆತನಿಂದ ದೂರ ಸರಿದಿದ್ದೇಕೆ ಗೊತ್ತೇ? ಸಾಮಾನ್ಯಜ್ಞಾನದ ಪರೀಕ್ಷೆಯಲ್ಲಿ ಆತ ಪಾಸಾಗುತ್ತಿರಲಿಲ್ಲ ಎಂಬ ಒಂದೇ

ಕಾರಣಕ್ಕೆ! ಭಾಗವಹಿಸಿದ ಪ್ರತೀ ಯುದ್ಧದಲ್ಲೂ ಪ್ರಶಸ್ತಿ ಪಡೆದ ನಂತರವೂ ಆತ ದೊಡ್ಡ ಪದವಿಗೇರಲು ಸಾಹಸವನ್ನೇ ಮಾಡಬೇಕಾಯ್ತು.

ಚೆವಾಂಗ್ ರಿಂಚೆನ್ ಅದ್ಭುತ ಸಾಹಸಿ. ಆತನ ಕುರಿತ ಮಾಹಿತಿ ಕಲೆ ಹಾಕುವಲ್ಲಿ ಮಿತ್ರ ರಾಮಚಂದ್ರನ ಸಹಕಾರ ಮರೆಯಲಾಗದ್ದು. ರಿಂಚೆನ್‌ನಿಂದ ಪ್ರಭಾವಿತನಾದ ಆತ ತನ್ನ ಮಗಳಿಗೆ ರಿಂಚೆನಾ ಎಂದೇ ಹೆಸರಿಟ್ಟಿದ್ದ. ಬೇಕಾದ ಆಕರಗಳನ್ನು ತರಿಸಿಕೊಟ್ಟಿದ್ದೂ ಅವನೇ. ಈ ಹೊತ್ತಿನಲ್ಲಿ ಅವನನ್ನು ಪ್ರೀತಿಯಿಂದ ನೆನಪಿಸಿಕೊಳ್ಳುತ್ತೇನೆ. ನನ್ನ ಬೆನ್ನುಬಿದ್ದು ಈ ಪುಸ್ತಕವನ್ನು ಪ್ರಕಟಿಸಲು ಆಸ್ಥೆ ತೋರಿದ ಸ್ನೇಹ ಬುಕ್ ಹೌಸ್‌ನ ಪರಶಿವಪ್ಪನವರಿಗೂ ಹೃದಯಾಂತರಳಾದ ಧನ್ಯವಾದಗಳು. ಬರೆದಿದ್ದನ್ನು ಮತ್ತು ಹೇಳಿದ್ದನ್ನು ಅಕ್ಷರ ರೂಪಕ್ಕೆ ಇಳಿಸುತ್ತಿದ್ದ ಪ್ರಿಯಾಳಿಗೂ ಧನ್ಯವಾದ. ಪುಸ್ತಕದ ಮುಖಪುಟ ವಿನ್ಯಾಸಕ್ಕೆ ಪ್ರೀತಿಯಿಂದಲೇ ಜೊತೆಯಾದ ಶ್ರೀನಿವಾಸ್ ಅವರಿಗೆ, ಅಚ್ಚುಕಟ್ಟಾಗಿ ಪುಟವಿನ್ಯಾಸ ಮಾಡಿದ ಉದಯ್ ಸಿಂಗನಮಲ್ಲಿಯವರಿಗೆ ಎಷ್ಟು ಕೃತಜ್ಞತೆ ಹೇಳಿದರೂ ಕಡಿಮೆಯೇ.

ಈ ಕೃತಿ ನಮ್ಮ ಮರೆವಿನ ರೋಗಕ್ಕೆ ಒಂದು ಮದ್ದಾದರೆ ಪ್ರಯತ್ನ ಸಾರ್ಥಕ! ಮಹಾವೀರರನ್ನು ಮರೆತರೆ ಆ ರಾಷ್ಟ್ರಕ್ಕೆ ಭವಿಷ್ಯವಿಲ್ಲ ಎನ್ನುತ್ತಾರೆ. ನನ್ನ ರಾಷ್ಟ್ರದ ಭವಿಷ್ಯವನ್ನು ಸುಭದ್ರಗೊಳಿಸುವ ನನ್ನ ಪ್ರಯತ್ನ ಇದು. ನೀವುಂಟು, ಚೆವಾಂಗ್ ರಿಂಚೆನ್ ಇದ್ದಾರೆ. ಓದಿಗೆ ಶುಭವಾಗಲಿ.

ವಂದೇ,

ಚಕ್ರವರ್ತಿ ಸೂಲಿಬೆಲೆ

ದಿನಾಂಕ: 26–07–2020

ಎರಡನೇ ಮುದ್ರಣಕ್ಕೆ ಮುನ್ನ

'ವೀರಭೋಗ್ಯಾ ವಸುಂಧರಾ' ಧೈರ್ಯವಂತರೇ ಧರೆಯನ್ನು ಆಳುವುದು ಎನ್ನುವ ಮಾತು ಅಕ್ಷರಶಃ ಸತ್ಯ. ಸಮಾಜದಲ್ಲಿ ಸಾರ್ವಕಾಲಿಕ ಗೌರವವೂ ಕೂಡ ಅಂತಹ ಧೈರ್ಯವಂತರಿಗೇ ಎನ್ನುವುದು ಮತ್ತೆ ಮತ್ತೆ ಸಾಬೀತಾಗುತ್ತದೆ. ಚೆವಾಂಗ್ ರಿಂಚೆನ್ ನಮ್ಮಲ್ಲನೇಕರಿಗೆ ಗೊತ್ತೇ ಇರದಿದ್ದ ಹೆಸರು. ತನ್ನ ಸಾಹಸದ ಕೆಲಸಗಳಿಂದಲೇ ಸೈನ್ಯದ ಇತಿಹಾಸದಲ್ಲಿ ಬಲವಾದ ಹೆಜ್ಜೆ ಊರಿದ ರಿಂಚೆನ್ ಇಂದಲ್ಲ ನಾಳೆ ನಾಡಿನ ಜನರ ಹೃದಯ ಸಿಂಹಾಸನವನ್ನು ಏರಲೇಬೇಕಿತ್ತು. ಅದಕ್ಕೆ ಮಾರ್ಗವಾಗಿದ್ದು ನಾವುಗಳು ಅಷ್ಟೇ. ಈ ಮಾತನ್ನೇಕೆ ಹೇಳುತ್ತಿದ್ದೇನೆಂದರೆ ಈ ಕೃತಿ ಅಧಿಕೃತವಾಗಿ ಬಿಡುಗಡೆಯಾದ ಮರುದಿನವೇ ಮಿತ್ರ ಪರಶಿವಪ್ಪನವರು ಕರೆ ಮಾಡಿ ಮೊದಲ ಮುದ್ರಣ ಪೂರ್ತಿ ಖಾಲಿ ಆಯ್ತು ಎಂದಾಗ ಖುಷಿ ಎನಿಸಿತು. ಆದರೆ ಪುಸ್ತಕವನ್ನೊಯ್ದು ಅಂದೇ ರಾತ್ರಿ ಬೆಳಗಾಗುವುದರೊಳಗೆ ಓದಿ ಮುಗಿಸಿ ರಿಂಚೆನ್‌ನ ಬದುಕು ಅದ್ಭುತ. ಇದೊಂದು ಸಿನಿಮಾ ಆಗಬೇಕು ಎಂದು ರಾಜ್ಯದ ಬೇರೆ-ಬೇರೆ ಊರುಗಳ ತರುಣರು ಕರೆ ಮಾಡುವಾಗ ಹೆಚ್ಚು ಆನಂದವೆನಿಸಿತ್ತು. ಹೊಸ ಪೀಳಿಗೆ ಸ್ವತಃ ತಾನು ಆಶಿಷ್ಠ, ದೃಢಿಷ್ಠ, ಬಲಿಷ್ಠವಾಗಬೇಕು. ಚೀನೀ ಆ್ಯಪ್‌ಗಳ ಮೂಲಕ ಆಟವಾಡುತ್ತಾ ಕುಳಿತರೆ ಅದು ಸಾಧ್ಯವಾಗಲಾರದು. ಬದಲಿಗೆ ಚೀನಿಯರ ಗೋಣು ಮುರಿದು ಭಾರತೀಯತೆಯ ಕೀರ್ತಿ ಪತಾಕೆ ಹಾರಿಸಿದ ಮಹಾವೀರರ ಕಥನ ಕೇಳಿದರೆ ಮಾತ್ರ ಸಾಧ್ಯವಾದೀತು. ಈ ನಿಟ್ಟಿನಲ್ಲಿ ಈ ಕೃತಿ ಆ ಎಲ್ಲಾ ವೀರರಿಗೆ ಸಮರ್ಪಣೆ.

ಈ ಕೃತಿ ಹೊರಬಂದಾಗ ಅಭಿನಂದಿಸಿದವರು ಸ್ವತಃ ರಿಂಚೆನ್‌ರ ಮಗಳು. ಬಿಡುಗಡೆಗೆಂದೇ ಲಡಾಖ್‌ನಿಂದ ವಿಡಿಯೊ ಸಂದೇಶ ಕಳಿಸಿ ತಮ್ಮ ತಂದೆಯವರ ಕುರಿತು ಕನ್ನಡಿಗರು ತೋರಿದ ಆದರಕ್ಕೆ ಕೃತಜ್ಞತೆ ಸಲ್ಲಿಸಿದವರು. ಕೃತಿಯ ಮುದ್ರಣದಲ್ಲಲ್ಲದೇ ಇದನ್ನು ಕೇಳುಪುಸ್ತಕ ಮಾಡುವಲ್ಲಿ ಆಸ್ಥೆ ತೋರಿದ ಸ್ನೇಹ ಬುಕ್‌ಹೌಸ್‌ನವರಿಗೂ ನಾನು ಮತ್ತೊಮ್ಮೆ ಕೃತಜ್ಞತೆ ಸಲ್ಲಿಸುತ್ತೇನೆ.

ಚೆವಾಂಗ್ ರಿಂಚೆನ್ ನಮ್ಮೆಲ್ಲರ ಮನದಲ್ಲಿ ಹಸಿರಾಗಿರಲಿ. ಮುಂದಿನ ಪೀಳಿಗೆಗೆ ಶಕ್ತಿಯ ಚಿಲುಮೆಯಾಗಲಿ. ಹಾಗೇ, ಭಾರತ-ಚೀನಾದ ನಡುವೆ ಕದನ ನಡೆದರೆ 1962ರ ಕಳಂಕ ತೊಡೆದು ಹೋಗಿ ಬಲಿಷ್ಠ ಭಾರತವೊಂದು ಅನಾವರಣಗೊಳ್ಳಲಿ.

ವಂದೇ,

ಚಕ್ರವರ್ತಿ ಸೂಲಿಬೆಲೆ

ಅಧ್ಯಾಯ 1

'ನಾನು, ನಾನು ಗಡಿ ಕಾಯುತ್ತೇನೆ'

1948 ರ ಮಾರ್ಚ್ 13. ಲೆಫ್ಟಿನೆಂಟ್ ಕರ್ನಲ್ ಪ್ರೀತಿಚಂದ್ ತನ್ನದೊಂದು ಪುಟ್ಟ ತುಕಡಿಯೊಂದಿಗೆ ಲದಾಖ್‌ಗೆ ಬಂದಿಳಿದರು. ಜಮ್ಮು-ಕಾಶ್ಮೀರ ರಾಜ್ಯ ಭಾರತಕ್ಕೆ ಸೇರುವುದಾಗಿ ರಾಜಾ ಹರಿಸಿಂಗರು ಹೇಳಿದ ನಂತರ ಭಾರತೀಯ ಸೇನೆಯ ಪದಾರ್ಪಣೆ ಆಗಿದ್ದು ಆಗಲೇ. ಲೆಫ್ಟಿನೆಂಟ್ ಕರ್ನಲ್ ಪ್ರೀತಿಚಂದ್ ಬ್ರಿಟೀಷ್ ಯುನಿಯನ್ ಜ್ಯಾಕ್ ಧ್ವಜವನ್ನು ಕೆಳಗಿಳಿಸಿ ತಿರಂಗಾ ಮೇಲೇರಿಸಿದರು. ಬ್ರಿಟೀಷ್ ರೆಸಿಡೆನ್ಸಿ ಮಹಲು ಕರ್ಜೋ ಪ್ಯಾಲೆಸ್‌ನ ಹೊರಗೆ ಸಾಕಷ್ಟು ಸಂಖ್ಯೆಯಲ್ಲಿ ಜನ ಸೇರಿಯಾಗಿತ್ತು. ಬೌದ್ಧ ಭಿಕ್ಷುಗಳು ಪ್ರಾರ್ಥನೆ ನೆರವೇರಿಸಿದರು ಮತ್ತು ಧಾರ್ಮಿಕ ವಾದ್ಯಗಳನ್ನು ನುಡಿಸಿದರು. ರಾಷ್ಟ್ರಗೀತೆಯೂ ಮೊಳಗಿದ ಮೇಲೆ 'ಕೀ ಕೀ ಸೇ ಸೇ ಲಾಗ್ಯಾಲೋ', 'ಮಹಾತ್ಮಾ ಗಾಂಧಿಜಿಗೆ ಜಯವಾಗಲಿ' ಮತ್ತು 'ಹಿಂದೂಸ್ತಾನ್ ಜ಼ಿಂದಾಬಾದ್' ಘೋಷಣೆಗಳು ಮುಗಿಲು ಮುಟ್ಟುವಂತೆ ಮೊಳಗಿದವು. ಸೈನಿಕರ ಪಥ ಸಂಚಲನ, ಸ್ಥಳೀಯ ವಾದ್ಯಗೋಷ್ಠಿ ಮೈನವಿರೇಳಿಸುವಂತಿತ್ತು. ಈಗ ಲೆಫ್ಟಿನೆಂಟ್ ಕರ್ನಲ್ ಪ್ರೀತಿಚಂದರ ಮಾತಿನ ಹೊತ್ತು.

'ನಾವು ನಿಮ್ಮ ಪೂರ್ವಿಕರ ಅಸ್ಥಿ-ಅವಶೇಷಗಳನ್ನು, ಬೌದ್ಧ ಗೋಂಪಾಗಳನ್ನು ರಕ್ಷಿಸಲೆಂದೇ ಬಂದಿದ್ದೇವೆ. ಲೇಹ್‌ನಲ್ಲಿ ವಾಯುನೆಲೆಯ ನಿರ್ಮಾಣಕ್ಕೆ ಬೇಕಾದ ತಯಾರಿ ನಡೆಸುತ್ತಿದ್ದೇವೆ. ಒಮ್ಮೆ ಅದು ಪೂರ್ಣವಾದರೆ ಸೈನಿಕರೂ ಮತ್ತು ಸಾಮಗ್ರಿಗಳು ಬರಲಾರಂಭಿಸುತ್ತವೆ. ಆನಂತರ ಯಾವ ಅಡೆತಡೆಯೂ ಇರಲಾರದು' ಎಂದು ಸ್ಥಳೀಯರ ಆತ್ಮ ವಿಶ್ವಾಸವನ್ನು ವೃದ್ಧಿಸುವ ಪ್ರಯತ್ನ ಮಾಡುತ್ತಿದ್ದರು.

ಲದಾಖಿಗಳದು ಮುಗ್ಧ ಸ್ವಭಾವ. ಶುದ್ಧ ಹೃದಯ ಅವರದು. ನೆರೆದಿದ್ದವರೆಲ್ಲ ಪಿಳಿ-ಪಿಳಿ ಕಣ್ಣು ಬಿಟ್ಟುಕೊಂಡು ಲೆಫ್ಟಿನೆಂಟ್ ಕರ್ನಲ್ ಪ್ರೀತಿಚಂದ್‌ರನ್ನು ನೋಡುತ್ತ ನಿಂತಿದ್ದರು. ಸೈನ್ಯದ ಮುಖ್ಯಸ್ಥರೊಬ್ಬರ ಮಾತುಗಳು ಅವರಿಗೆ ಖುಷಿ ಕೊಟ್ಟರೂ ಹಿಂಸಾ ಮಾರ್ಗದಲ್ಲಿರುವ ಸೈನಿಕರ ಕುರಿತಂತೆ ಅವರಿಗೆ ಅಷ್ಟಕ್ಕಷ್ಟೇ. ಇದನ್ನು ಗುರುತಿಸಿಯೇ ಅವರನ್ನು ಪ್ರೀತಿಯ ಮಾತುಗಳಿಂದ ಗೆಲ್ಲಲೆತ್ನಿಸಿದ್ದರು ಲೆಫ್ಟಿನೆಂಟ್ ಕರ್ನಲ್ ಪ್ರೀತಿಚಂದ್. ಜನರ ನಡುವೆ ವಿಶ್ವಾಸದ ಗೆರೆಗಳನ್ನು ಗಮನಿಸಿದ ಅವರು ಮಾತಿನ ನಡುವೆ 'ಲದಾಖಿನ ರಕ್ಷಣೆಗೆ, ದೇಶದ ಸಾರ್ವಭೌಮತೆಯನ್ನು ಕಾಪಾಡಲು ಸ್ವಯಂಸೇವಕರಾಗಿ ಸೈನ್ಯಕ್ಕೆ ಸೇರಲು ಮುಂದೆ ಬರಬೇಕು' ಎಂದರು. ಜನ ಕೇಳಿಯೂ ಕೇಳದವರಂತೆ ನಿಂತಿದ್ದರು. ಕರ್ನಲ್ ಸಾಹೇಬರು ಬಿಡಲಿಲ್ಲ. 'ಯಾರ್‍ಯಾರು ಸೇನೆಗೆ ಸೇರಬಲ್ಲಿರೋ ಕೈ ಎತ್ತಿ' ಎಂದು ಪಂಥಾಹ್ವಾನ ನೀಡಿದ್ದರು. ಲದ್ದಾಖಿಗಳಿಗೆ ಇವೆಲ್ಲ ಬಲು ಹೊಸತು. ಒಬ್ಬರ ಮುಖ ಮತ್ತೊಬ್ಬರು ನೋಡುತ್ತ ನಿಂತರು. ಅಷ್ಟರಲ್ಲಿ 17 ವರ್ಷದ ಕುಡಿಮೀಸೆಯ ತರುಣನೊಬ್ಬ ಕೈ ಎತ್ತಿ, 'ನಾನು, ನಾನು ಗಡಿಕಾಯಲು ಸ್ವಯಂಸೇವಕನಾಗಿ ಬರುತ್ತೇನೆ' ಎಂದ. ಎಲ್ಲರೂ ಒಮ್ಮೆಗೇ ದನಿ ಬಂದವನತ್ತ ತಿರುಗಿದರು. ಕದನದ ಕುತೂಹಲ ಅವನ ಕಂಗಳಲ್ಲಿ ಮಿಂಚುತ್ತಿತ್ತು. ಲೆಫ್ಟಿನೆಂಟ್ ಕರ್ನಲ್ ಪ್ರೀತಿಚಂದ್ ಆ ಹುಡುಗನನ್ನು ದಿಟ್ಟಿಸಿ ನೋಡಿ ಹೆಸರೇನು ಎಂದರು. ಹುಡುಗ ಜಬರ್ದಸ್ತಿನಿಂದಲೇ ಉತ್ತರಿಸಿದ 'ಚೆವಾಂಗ್ ರಿಂಚೆನ್'! ಅಕ್ಕಪಕ್ಕದವರಿಗೆ ಒಮ್ಮೆ ಕರೆಂಟು ಪಾಸಾದಂತಾಯಿತು.

ಅವನ ಹೆಸರಿನಲ್ಲಿಯೇ ಒಂದು ಜೀವಂತಿಕೆ ಇದೆ. ಲದಾಖಿ ಭಾಷೆಯಲ್ಲಿ 'ಚೆವಾಂಗ್ ರಿಂಚೆನ್' ಅಂದರೆ ಜೀವಂತಿಕೆಯಿಂದ ಕೂಡಿದವ ಅಂತಲೇ ಅರ್ಥ. 'ಹೀರೋ' ಅಂತಾನೂ ಅರ್ಥವಂತೆ. ಅವನು ಹುಟ್ಟಿದಾಗ ಮನೆಯವರು ಹೆಸರೇ ಇಟ್ಟಿರಲಿಲ್ಲ. ಜನಗಣತಿಯ ಹೊತ್ತಲ್ಲಿ ಮನೆಗೆ ಬಂದ ಲೆಕ್ಕಿಗರು ಈ ಮುದ್ದು ಹುಡುಗನಿಗೆ ತಾವೇ ನಾಮಕರಣ ಮಾಡಿ ಈ ಹೆಸರನ್ನಿಟ್ಟು ಅಧಿಕೃತವಾಗಿ ದಾಖಲಿಸಿಯೂಬಿಟ್ಟರು. ಮುಂದೆ ಅಪ್ಪ-ಅಮ್ಮ ಇವನನ್ನು ಲಾಮಾ ಪದ್ಮದ ಬಳಿಗೊಯ್ದು ಹೆಸರಿಡುವಂತೆ ಕೇಳಿಕೊಂಡಾಗ ಒಮ್ಮೆ ಕಣ್ಮುಚ್ಚಿ ತೆರೆದ ಲಾಮಾ 'ಚೆವಾಂಗ್ ರಿಂಚೆನ್' ಅಂದರು. ಸರ್ಕಾರಿ ದಾಖಲೆಗಳಲ್ಲಿ ಅಧಿಕೃತವಾಗಿ ಸೇರಿ ಹೋದ ಹೆಸರೇ ಧಾರ್ಮಿಕ ಮುಖಂಡರ

ಬಾಯಿಂದಲೂ ತೇಲಿಬಂದಾಗ ಮನೆಯವರ ಆನಂದಕ್ಕೆ ಪಾರವುಂಟೇ? ಬುದ್ಧ ಈತನ ಭವಿಷ್ಯ ಅಂದೇ ನಿರ್ಧರಿಸಿಯಾಗಿತ್ತು. ಚೆವಾಂಗ್ ರಿಂಚೆನ್ ಅಸಾಧಾರಣವಾದುದನ್ನು ಸಾಧಿಸಲೆಂದೇ ಬಂದಿದ್ದ!

ರಿಂಚೆನ್ ಕದನದ, ಹೋರಾಟದ ಕನಸು ಕಾಣದ ದಿನವೇ ಇಲ್ಲ. ಅದಕ್ಕೆ ಕಾರಣವೂ ಇದೆ. ಅವರ ಮನೆಗೆ 'ಸ್ತಾಕ್ರ' ಎಂಬ ಹೆಸರಿತ್ತು. ಪುಟ್ಟ ಹುಡುಗ ಅಮ್ಮನ ಬಳಿ ಒಮ್ಮೆ ಕೇಳಿದನಂತೆ 'ಹಾಗೆಂದರೇನು' ಅಂತ. ಅಮ್ಮ ಕಣ್ಣಗಲಿಸಿ 'ಹುಲಿ' ಅಂದಳು. ಮಗನನ್ನು ಕಂಕುಳಲ್ಲಿ ಕೂರಿಸಿಕೊಂಡು 'ಬಹಳ ಹಿಂದೆ ಲದಾಖಿನ ಗ್ಯಾಲೊ(ರಾಜ) ತುರ್ಕರ ಆಕ್ರಮಣ ತಡೆಯಲು ಕಾದಾಟಕ್ಕಿಳಿದ. ಆಗ ಪ್ರಾಣವನ್ನು ಪಣಕ್ಕಿಟ್ಟು ಹೋರಾಡಿದ. ಗೆಲ್ಲಿಸಿಕೊಟ್ಟ ನಿನ್ನ ಪೂರ್ವಜರಿಗೆ ಆತ ಕೊಟ್ಟ ಗೌರವದ ಬಿರುದು ಅದು' ಎಂದಳು. ಪುಟ್ಟ ರಿಂಚೆನ್ ಅಮ್ಮನ ಸೊಂಟದ ಮೇಲಿಂದ ಕೆಳಗೆ ಜಿಗಿದು ಕೈಗಳನ್ನೇ ಕತ್ತಿ ಮಾಡಿ ಅತ್ತಿಂದಿತ್ತ ಆಡಿಸುತ್ತ ತುರ್ಕಿಸ್ತಾನದ ಸೈನಿಕರೊಂದಿಗೆ ಕಾದಾಡುವಂತೆ ನಟಿಸುತ್ತಾ 'ಅಮ್ಮ ದೊಡ್ಡವನಾದ ಮೇಲೆ ನಾನೂ ಶತ್ರು ಸೈನಿಕರನ್ನು ಕೊಲ್ಲುತ್ತೇನೆ. ನೀನು ಆಗ ನನ್ನನ್ನು ಸ್ತಾಕ್ರೆ ಎನ್ನುವಿಯಾ?' ಎಂದ. ತಾಯಿ ಮಗುವಿಗೆ ಮುತ್ತಿಟ್ಟು ಉದ್ದನೆಯ ಗ್ಲಾಸಿನಲ್ಲಿ ಹಾಲುಕೊಟ್ಟು 'ಮೊದಲು ಬಲಶಾಲಿಯಾಗು. ಧೈರ್ಯವಂತನಾಗು. ಆಗ ನೀನೇ ಹುಲಿಯಾಗುವೆ. ಬುದ್ಧ ನಿನ್ನ ಆಶೀರ್ವದಿಸುತ್ತಾನೆ' ಎಂದಿದ್ದಳು. ಅಮ್ಮ ಅಂದು ಕುಡಿಸಿದ ಹಾಲಿನ ಶಕ್ತಿ ಈಗ ಲೆಫ್ಟಿನೆಂಟ್ ಕರ್ನಲ್ ಪ್ರೀತಿಚಂದರ ಮುಂದೆ ವ್ಯಕ್ತಗೊಂಡಿತ್ತು.

ಚೆವಾಂಗ್ ರಿಂಚೆನ್ 1931ರ ನವೆಂಬರ್ 11 ರಂದು ಕುಂಜಾಂಗ್ ಹಾರ್ಜೆ, ಜಾವ್ಯಾಂಗ್ ಡೋಲ್ಮಾರ ಹಿರಿ ಮಗನಾಗಿ ಹುಟ್ಟಿದವ. ಕಾರಕೋರಮ್ ಶ್ರೇಣಿಯ ಸಿಯಾಚಿನ್ ಬೆಟ್ಟಗಳ ತಪ್ಪಲಿನಲ್ಲಿರುವ ನುಬ್ರಾ ಕಣಿವೆಯ ಸುಮರ್ ಎಂಬ ಹಳ್ಳಿಯಲ್ಲಿ ಅವನ ಜನನವಾಗಿತ್ತು. ಇಬ್ಬರು ತಮ್ಮಂದಿರು ಮತ್ತು ಒಬ್ಬ ತಂಗಿ. ತಂದೆ ಲದಾಖಿ ಭಾಷೆಯಲ್ಲಿ ಪಾಂಡಿತ್ಯವನ್ನು ಪಡೆದವರು. ಪರಂಪರಾಗತವಾಗಿ ಜಮೀನ್ದಾರಿಕೆಯನ್ನು ನಡೆಸಿಕೊಂಡು ಬಂದವರು. 1830ರಲ್ಲಿ ತುರ್ಕಿಸ್ತಾನದ ಮಿರ್ಜಾ ಹೈದರ್ ಲದಾಖನ್ನು ಆಕ್ರಮಿಸಿದಾಗ ಇವನ ಮನೆತನದವರ ಕದನ ಕಲಿತನದಿಂದಾಗಿ ರಾಜನಿಗೆ ಇವರ ಮೇಲೆ ವಿಶ್ವಾಸ ವೃದ್ಧಿಸಿತ್ತು. ಅಂದಿನಿಂದ ರಾಜಮನೆತನಕ್ಕೆ ಸೇರಿದ ಜಮೀನನ್ನು ನೋಡಿಕೊಳ್ಳುವ ಜವಾಬ್ದಾರಿ ಅವರ ಹೆಗಲೇರಿತ್ತು. ಅವನ ತಾಯಿ ಮೃದು ಹೃದಯಿ. ನುಬ್ರಾ ಕಣಿವೆಯ ತಾಯಿಯೆಂದೇ ಆಕೆಯನ್ನು ಗೌರವಿಸುತ್ತಾರೆ. ರಿಂಚೆನ್ ಮುಂದೆ ಯುದ್ಧದಲ್ಲಿ ಪಾಕೀ ಪಡೆಯ ಧೂಳಿಪಟಗೈದು ಅಲ್ಲಿನ ಸೈನಿಕರನ್ನು ಕಯಾಮತ್ ದಿನಕ್ಕೆ ಅಣಿಗೊಳಿಸುತ್ತಿದ್ದರೆ ತನ್ನ ಕಿರಿ ಮಗನ ಬಳಿ ತಾಯಿ ಹೇಳಿಕಳಿಸಿದ್ದಳಂತೆ 'ಪ್ರಿಯ ರಿಂಚೆನ್ ಪಾಕೀ ಸೈನಿಕರನ್ನು ಕೊಲ್ಲಬೇಡ; ಅವರನ್ನು ಜೀವಂತ ಸೆರೆ ಹಿಡಿಯಲು ಪ್ರಯತ್ನಿಸು' ಅಂತ!

ರಿಂಚೆನ್‌ಗೆ ಶಾಲೆಗೆ ಹೋಗಲು ಎರಡು ದಾರಿಗಳಿದ್ದವು. ಒಂದು ಗುಡ್ಡದ ಮೇಲಿದ್ದ ಸಾಮ್‌ಸ್ತಾನ್ಲಿಂಗ್ ಗೋಂಪಾದ ಬೌದ್ಧ ಶಾಲೆಗೆ. ಮತ್ತೊಂದು ಹಳ್ಳಿಯಲ್ಲೆ ಇರುವ ಸರ್ಕಾರಿ ಶಾಲೆಗೆ. ಲದಾಖ್‌ನ ಹಳೆಯ ಪದ್ಧತಿಯಂತೆ ತಂದೆ–ತಾಯಂದಿರು ತಮ್ಮ ಮಕ್ಕಳನ್ನು ಭಿಕ್ಷು ಅಥವಾ ಭಿಕ್ಷುಣಿಯಾಗಲು ಬಿಟ್ಕೊಡಬೇಕಿತ್ತು. ಸ್ವತಃ ರಿಂಚೆನ್ ತಂದೆ ಹಾಗೆ ಅಧ್ಯಯನ ಮಾಡಿ ಕೆಲವು ಕಾಲ ಲಾಮಾ ಆಗಿ ಕರ್ತವ್ಯ ನಿರ್ವಹಿಸಿ ಕೊನೆಗೊಮ್ಮೆ ಬ್ರಹ್ಮಚರ್ಯ ದೀಕ್ಷೆಯನ್ನು ಶರಣಾಗಿಸಿ ಗೃಹಸ್ಥರಾಗಿದ್ದರು. ಅವರೀಗ ರಿಂಚೆನ್‌ನನ್ನು ಲಾಮಾ ಆಗಲು ಕಳಿಸದೇ ಹಳ್ಳಿಯ ಶಾಲೆಗೆ ಸೇರಿಸಿದರು. ರಿಂಚೆನ್ ಗೋಂಪಾಗಳಿಗೆ ಹೋಗಿ ಶಾಸ್ತ್ರಾಧ್ಯಯನ ಮಾಡದೇ ಇರಬಹುದು, ಆದರೆ ಆತ ಸದಾ ಬುದ್ಧನ ಚಿಂತನೆಗಳ ವಿಚಾರವಾಗಿ ಶ್ರದ್ಧಾ–ಭಕ್ತಿ ಉಳ್ಳವನಾಗಿದ್ದ.

ಶಾಲೆಯ ಬಿಡುವಿನ ವೇಳೆ ಊರಿನಲ್ಲಿಯೇ ನೆಲೆಸಿದ್ದ ಮಾಸ್ಟರ್ ಸ್ಟಾಂಜಿನ್‌ರ ಬಳಿ ಸಾರಿ ನೈತಿಕ ಮೌಲ್ಯಗಳನ್ನು ಅರಿತು ಬದುಕುವ ಪ್ರಯತ್ನ

ಮಾಡುತ್ತಿದ್ದ. ಡೋಲು ಬಡಿಯುವುದರಲ್ಲಿ ಸಾಕಷ್ಟು ಆಸಕ್ತಿ ಇದ್ದುದರಿಂದ ಶಾಲೆಯಲ್ಲಿ 'ಡ್ರಮ್ಮರ್' ಬಿರುದು ಅವನೊಂದಿಗೆ ಬಂದುಬಿಟ್ಟಿತ್ತು. ರಿಂಚೆನ್‌ಗೆ ಚಿತ್ರಕಲೆಯಲ್ಲೂ ವಿಶೇಷ ಆಸಕ್ತಿ ಇತ್ತು. ಅದನ್ನು ಕಲಿಯಲೆಂದೇ 2 ಕಿಲೋಮೀಟರ್‌ಗಳಷ್ಟು ದೂರ ನಡೆದು ಹೋಗುತ್ತಿದ್ದ. ಬುದ್ಧ ಚಿತ್ರಗಳನ್ನು ಬಿಡಿಸಿ ಮೂರ್ತಿಗಳನ್ನು ಮಾಡಿ ಹಬ್ಬಗಳ ದಿನಗಳಲ್ಲಿ ಅದನ್ನು ಮಾರಿ ಹಣಗಳಿಸುತ್ತಿದ್ದ. ಇವೆಲ್ಲದರ ನಡುವೆ ರಿಂಚೆನ್‌ನ ಮನಸೂರೆಗೈಯ್ಯುತ್ತಿದ್ದುದು ತಮ್ಮನೊಂದಿಗೆ ಗುಡ್ಡ ಹತ್ತುವ ಆಟ. ಲದಾಖೀ ಗುಡ್ಡಗಳನ್ನು ಹತ್ತುವುದೆಂದರೆ ಸಾಮಾನ್ಯ ಕೆಲಸವಲ್ಲ. ಆಮ್ಲಜನಕದ ಕೊರತೆಯೂ ಇರುವುದರಿಂದ ಬಲುಬೇಗ ಸುಸ್ತಾಗಿಬಿಡುತ್ತದೆ ಜೀವ. ಅಂತಹುದರಲ್ಲಿ ರಿಂಚೆನ್ ಗುಡ್ಡದ ತುದಿ ಮುಟ್ಟಿ ಅಲ್ಲಿಂದ ಉರುಳಿಕೊಂಡು ಬರುತ್ತಿದ್ದ. ಕೆಳಗೆ ಮುಟ್ಟಿದಾಗ ಜಗತ್ತನ್ನೇ ಗೆದ್ದಷ್ಟು ಸಂತಸ ಅವನಿಗೆ. ಮುಂದೆ ಪಾಕಿಗಳೊಂದಿಗೆ, ಚೀನಿಯರೊಂದಿಗೆ ಕದನದಲ್ಲಿ ಈ ಸಾಹಸಪ್ರಿಯತೆಯೇ ಅವನಿಗೆ ಕೀರ್ತಿ ತಂದುಕೊಟ್ಟದ್ದು.

ಇಷ್ಟೆಲ್ಲಾ ಇದ್ದಾಗ್ಯೂ ಆತ ಓದಿನಲ್ಲಿ ಹಿಂದುಳಿದಿರಲಿಲ್ಲ. ಮಾಧ್ಯಮಿಕ ಶಿಕ್ಷಣದಲ್ಲಿ ತರಗತಿಗೇ ಒಳ್ಳೆಯ ಹೆಸರು ತಂದಿದ್ದ. ಹೆಚ್ಚಿನ ಶಿಕ್ಷಣಕ್ಕಾಗಿ ಅವನನ್ನು ಹಳ್ಳಿಯಿಂದ ಪಟ್ಟಣದೆಡೆಗೆ ಕಳಿಸುವ ಇಚ್ಛೆ ತಂದೆಗೆ ಜೋರಾಗಿಯೇ ಇತ್ತು. ವ್ಯವಸ್ಥೆಯ ಬಗ್ಗೆ ಅಳುಕೂ ಇತ್ತು. ಆಗಲೇ ಲದಾಖ್‌ನ ಹಳೆಯ ರಾಜನ ಮಂತ್ರಿಗಳ ಕುಟುಂಬಕ್ಕೆ ಸೇರಿದ್ದ ಚೆವಾಂಗ್ ರಿಗ್ಜಿನ್ ಆ ಊರಿಗೆ ಬಂದು ರಿಂಚೆನ್‌ನ ಕುಶಲತೆ ಗಮನಿಸಿ ಅವನನ್ನು ತಮ್ಮೊಂದಿಗೆ ಒಯ್ದುಬಿಟ್ಟರು. ಅದು ರಿಂಚೆನ್‌ನ ಬದುಕಿನ ಬದಲಾವಣೆಯ ಪರ್ವ!

ಮುಂದಿನ 5 ವರ್ಷಗಳ ಕಾಲ ರಿಂಚೆನ್ ಲೇಹ್‌ನ ಸಾಹಸಮಯ ವಾತಾವರಣವನ್ನು ಚೆನ್ನಾಗಿಯೇ ಸವಿದ. ರಿಗ್ಜಿನ್‌ನ ಮನೆಗೆ ಬರುತ್ತಿದ್ದ ಸೇನಾ ಅಧಿಕಾರಿಗಳು ವಿವರಿಸುತ್ತಿದ್ದ ಜಾಗತಿಕ ಯುದ್ಧಗಳ ಘಟನೆಗಳಿಂದ ಆತ ರೋಮಾಂಚಿತನಾಗುತ್ತಿದ್ದ. ಶಾಲೆಯ ಬದಿಯ ಮೈದಾನದಲ್ಲಿ ನಡೆಯುತ್ತಿದ್ದ ಸೈನಿಕರ ಕವಾಯತು ನೋಡಲಿಕ್ಕೆ ಯಾವಾಗಲೂ ಕಾತರಿಸುತ್ತಿದ್ದ. ಸಮವಸ್ತ್ರದಲ್ಲಿರುವ ಸೈನಿಕರು, ಅವರ ಬೂಟುಗಳು ಹೊರಡಿಸುವ ಸದ್ದು, ಎದೆಯೆತ್ತಿ ನಡೆಯುವ ಖದರು ಇವೆಲ್ಲವೂ ಅವನನ್ನು ಸದಾ ಪ್ರೇರೇಪಿಸುತ್ತಿದ್ದವು. ಹದಿಹರೆಯದ ಹುಡುಗನಲ್ಲಿ ಆಸೆಗಳು ಗರಿಗೆದರುತ್ತಿದ್ದವು.

ಈ ಸೈನಿಕರೊಂದಿಗೆ ಹರಟುವ ಅವಕಾಶವನ್ನು ಅವನು ಬಿಟ್ಟುಕೊಳ್ಳುವವನೇ ಅಲ್ಲ. ಅವರನ್ನು ಕೆದಕಿ ಕದನದ ಕಥೆ ಕೇಳುತ್ತಿದ್ದ. ಕಾಡತೂಸುಗಳ ವ್ಯರ್ಥವಾದ ಡಬ್ಬಿಗಳನ್ನು, ಉಪಯೋಗವಿಲ್ಲದೇ ಎಸೆಯುತ್ತಿದ್ದ ಪಿಸ್ತೂಲುಗಳನ್ನು ತಂದು ಅದನ್ನು ರಿಪೇರಿ ಮಾಡಿ ಬಳಸುತ್ತಿದ್ದ. ಗನ್‌ಪೌಡರ್ ಬಳಸಿ ಬೆಂಕಿ ಇಟ್ಟು ಬಾಂಬ್ ಮಾಡಿ ಆಟವಾಡುತ್ತಿದ್ದ. ಒಟ್ಟಾರೆ ಅವನ ದೃಷ್ಟಿ, ಗುರಿ, ಕನಸು ಎಲ್ಲವೂ ಭಾರತೀಯ ಸೇನೆಯೇ ಆಗಿತ್ತು. ಒಂದು ದಿನ ಸೇನೆಯ ಸಮವಸ್ತ್ರ ತನ್ನ ಮೈಮೇಲಿರುವುದು ಖಾತ್ರಿ ಎಂದು ಆತ ಮನಸು ಮಾಡಿದಂತಿತ್ತು. ಹೀಗಾಗಿಯೇ ಲೆಫ್ಟಿನೆಂಟ್ ಕರ್ನಲ್ ಪ್ರೀತಿಚಂದ್ ಪ್ರಶ್ನೆ ಕೇಳಿದೊಡನೆ ಕೈಯೆತ್ತಿ ತನ್ನನ್ನು ಸೇರಿಸಿಕೊಳ್ಳಿ ಎಂದು ಹೆಮ್ಮೆಯಿಂದಲೇ ನುಡಿದಿದ್ದ ರಿಂಚೆನ್!

ಅಧ್ಯಾಯ 2

ಪ್ರತಿರೋಧವೇ ಇಲ್ಲದ ಕದನ!

ಸ್ವಾತಂತ್ರ್ಯದ ಹೊಸ್ತಿಲಲ್ಲಿಯೇ ಭಾರತ ಪಾಕಿಸ್ತಾನದೊಂದಿಗೆ ಯುದ್ಧಕ್ಕಿಳಿಯಬೇಕಾಯ್ತು. ಕಾಲು ಕೆರೆದುಕೊಂಡು ಜಗಳ ಮಾಡುವಲ್ಲಿ ನಿಸ್ಸೀಮನಾಗಿದ್ದ ಮೊಹಮ್ಮದ್ ಅಲಿ ಜಿನ್ನಾ ಸ್ಥಳೀಯರನ್ನು ಭಡಕಾಯಿಸಿ ಜಮ್ಮು ಮತ್ತು ಕಾಶ್ಮೀರವನ್ನು ತನ್ನ ತೆಕ್ಕೆಗೆ ಹಾಕಿಕೊಳ್ಳಲು ಹವಣಿಸಿದ್ದ. ಅಷ್ಟರಲ್ಲಿಯೇ ರಾಜಾ ಹರಿಸಿಂಗರು ಭಾರತದೊಂದಿಗೆ ಕಾಶ್ಮೀರವನ್ನು

ವಿಲೀನಗೊಳಿಸುವ ಒಪ್ಪಂದಕ್ಕೆ ಸಹಿ ಮಾಡಿದರು. ಸಹಿಸದ ಜಿನ್ನಾ ಯುದ್ಧ ಘೋಷಿಸಿದ. ಬಹುಪಾಲು ಕದನ ಕಾಶ್ಮೀರವನ್ನು ಕೇಂದ್ರವಾಗಿರಿಸಿಕೊಂಡೇ ನಡೆಯಿತು. 1948ರ ಮಧ್ಯಭಾಗದಲ್ಲಿ ಭಾರತೀಯ ಸೇನೆ ಪ್ರತ್ಯುತ್ತರ ನೀಡಲಾರಂಭಿಸಿತು. ಜನರಲ್ ತಿಮ್ಮಯ್ಯನವರ ಬುದ್ಧಿವಂತಿಕೆಯಿಂದ ಮೇ ತಿಂಗಳ ವೇಳೆಗೆ ತಿಥ್ವಾಲ್ ನಮ್ಮ ಕೈವಶವಾಗಿತ್ತು. ಪಶ್ಚಿಮದ ದಿಕ್ಕಿನಲ್ಲಿದ್ದ ಮುಜಫರಾಬಾದ್ 30 ಕಿಲೋಮೀಟರ್‌ನಷ್ಟೇ ದೂರದಲ್ಲಿತ್ತು. ಸೂಕ್ತ ಸಂಖ್ಯೆಯಲ್ಲಿ ಸೈನಿಕರ ಪೂರೈಕೆಯಾಗದೇ ಜನರಲ್ ತಿಮ್ಮಯ್ಯ ಅದನ್ನು ವಶಪಡಿಸಿಕೊಳ್ಳುವಲ್ಲಿ ಕೈಚೆಲ್ಲಬೇಕಾಯ್ತು. ಒಟ್ಟಾರೆ ಗೆಲುವು–ಸೋಲುಗಳಿಲ್ಲದ ಕದನವಾಗಿಬಿಟ್ಟಿತ್ತು.

ಪಾಕಿಸ್ತಾನ ಕೈಚೆಲ್ಲಿ ಕೂರಲು ಸಿದ್ಧವಿರಲಿಲ್ಲ. 'ಲಡ್ ಕೆ ಲೇಂಗೆ ಹಿಂದೂಸ್ತಾನ್' ಎಂದಿದ್ದವರಲ್ಲವೇ ಅವರು. ಈಗ ಉತ್ತರದ ಕಡೆಗೆ ಹೋಗಿ ಅಲ್ಲಿಂದ ದಕ್ಷಿಣಾಭಿಮುಖವಾಗಿ ಆಕ್ರಮಿಸುವ ಪರೋಕ್ಷ ಮಾದರಿಯ ಯುದ್ಧ ರೂಪಿಸಿದರು. ನವೆಂಬರ್ ಆರಂಭದಲ್ಲಿಯೇ ಗಿಲ್ಗಿಟ್ ಅನ್ನು ಅವರು ವಶಪಡಿಸಿಕೊಂಡಾಗಿತ್ತು. ಮರುವರ್ಷ 1948ರ ಫೆಬ್ರವರಿಯಲ್ಲಿ ಸ್ಕರ್ದು ಪಾಕೀ ಸೈನಿಕರಿಂದ ಸುತ್ತುವರೆಯಲ್ಪಟ್ಟಿತ್ತು. ಅಲ್ಲಿಂದಾಚೆಗೆ ದ್ರಾಸ್, ಕಾರ್ಗಿಲ್ ತೆಕ್ಕೆಗೆ ಹಾಕಿಕೊಂಡು ಅಂತಿಮವಾಗಿ ಲದಾಖ್ ನುಂಗುವ ಇರಾದೆ ಇತ್ತು ಅವರದ್ದು.

ಇಷ್ಟಕ್ಕೂ ವಿಸ್ತಾರ ಭೂಪ್ರದೇಶವಿದ್ದರೂ ಗುಡ್ಡ-ಬೆಟ್ಟಗಳಿಂದಲೇ ಕೂಡಿರುವ ಲದಾಖ್‌ನ ಮೇಲೇಕೆ ಅವರ ಕಣ್ಣು? The official history of the operations in Jammu and Kashmir 1947 ರ ಪ್ರಕಾರ ಹೆಚ್ಚು ಪ್ರತಿರೋಧವಿಲ್ಲದೇ ವಶವಾಗುವ ಲದಾಖ್‌ನ ಸಂಪತ್ತು ಮತ್ತು ಸುಂದರ ಸ್ತ್ರೀಯರ ಭೋಗದ ಕನಸೇ ಪಾಕೀ ಸೈನಿಕರನ್ನು ಅತ್ತ ಎಳೆದು ತಂದಿತ್ತಂತೆ. ಹಾಗಂತ ಲದಾಖ್‌ನವರೆಗೂ ತಲುಪುವುದು ಸುಲಭವಿರಲಿಲ್ಲ. ಕಾರ್ಗಿಲ್ ಮತ್ತು ಸ್ಕರ್ದುಗಳನ್ನು ಗೆದ್ದೇ ಅತ್ತ ಸಾಗಬೇಕಿತ್ತು. ಮೇ 10ರಂದು ಕಾರ್ಗಿಲ್ ಪತನವಾಗುವುದರೊಂದಿಗೆ ಸ್ಕರ್ದು ಮೇಲೆ ಪಾಕೀಯರ ಹಿಡಿತ ಬಲವಾಯ್ತು. ಲದಾಖ್‌ನ ಗುಡ್ಡಗಳತ್ತ ಕದನ ವಿಸ್ತಾರವಾಗುವುದು ಈಗ ಖಾತ್ರಿಯಾಯ್ತು. ಇಂತಹ ಕಠಿಣ ಸಂದರ್ಭದಲ್ಲಿ ಲೆಹ್‌ನ ರಕ್ಷಣೆಗೆಂದು ನಿಯೋಜಿಸಲ್ಪಟ್ಟಿದ್ದ ರಾಜ್ಯಸರ್ಕಾರದ ಸೇನೆ ಎಷ್ಟಿತ್ತು ಗೊತ್ತೇ? ಬರಿಯ 33 ಜನ ಮಾತ್ರ!

ಹೌದು. 33 ಜನರ ತಂಡ ಸಾವಿರಾರು ಚದರ ಕಿಲೋಮೀಟರ್ ವಿಸ್ತಾರದ ಲದಾಖ್ ಭೂಮಿಯನ್ನು ಕಾಯುವ ಬಹುಮುಖ್ಯ ಜವಾಬ್ದಾರಿ ನಿಭಾಯಿಸಬೇಕಿತ್ತು. ಈ ಭೂಮಿ ಐತಿಹಾಸಿಕ ಪರಂಪರೆಯ ದೃಷ್ಟಿಯಿಂದ ಬಲು ಶ್ರೀಮಂತವಾಗಿತ್ತು. ಅನೇಕ ಬೌದ್ಧ ಸ್ತೂಪಗಳು, ಸಂಘಗಳಿಗೆ ಆಶ್ರಯ ತಾಣವಾಗಿತ್ತು ಈ ನೆಲ. ಇದನ್ನು ಶತ್ರುಗಳ ಕೈಗೆ ದಕ್ಕದಂತೆ ತಡೆಯಲು ಶಸ್ತ್ರಾಗಾರದಲ್ಲಿ ಸಾಕಷ್ಟು ದಾಸ್ತಾನೇ ಇರಲಿಲ್ಲ. ಶ್ರೀನಗರದಿಂದ ಲೇಹ್‌ನೆಡೆಗೆ ಸಾಗುವ ಮಾರ್ಗವೂ ಶತ್ರುಗಳ ವಶವಾದುದರಿಂದ ಒಟ್ಟಾರೆ ಲದಾಖ್‌ನ ಪರಿಸ್ಥಿತಿ ಗಂಭೀರವಾಗಿತ್ತು.

ಆಕ್ರಮಣಕಾರಿಗಳು ಮೂರು ದಿಕ್ಕಿನಿಂದ ಲದಾಖ್‌ನ ಮೇಲೆ ಆಕ್ರಮಣ ಮಾಡಬಹುದಿತ್ತು. ಶ್ಯೋಕ್ ಕಣಿವೆಯನ್ನು ಹಾದು ಖಿರ್ದುಂಗ್‌ಲಾ, ಲಾಸಿವರ್ತಾಲಾ ದ ಮೂಲಕ ಲೇಹ್‌ಗೆ ಬರುವುದು ಒಂದಾದರೆ ಸಿಂಧು ಕಣಿವೆಯನ್ನು ಗುರ್ಗುರ್ದೇ ಮತ್ತು ಸಾಸ್ಪುಲ್ ಗೋಂಪಾದ ಮೂಲಕ ಹಾದು ಲೇಹ್ ತಲುಪುವುದು ಮತ್ತೊಂದು. ಬೋಡ್ ಖಾರ್ಬು ಮಾರ್ಗವಾಗಿ ಸಿಂಧು ದಾಟುವುದು ಇನ್ನೊಂದು. ಇಷ್ಟೂ ದಿಕ್ಕನ್ನು ಕಾಯ್ದುಕೊಳ್ಳಲು ಇದ್ದವರು ಮಾತ್ರ ಮೂವತ್ಮೂರೇ ಜನ!

ವರ್ಷದ ಆರಂಭದಲ್ಲಿಯೇ ಬ್ರಿಗೇಡಿಯರ್ ಎಲ್.ಸಿ.ಸೇನ್ ಸಮಸ್ಯೆಯನ್ನು ಗ್ರಹಿಸಿ ಲದಾಖ್‌ನ ರಕ್ಷಣೆಗೆ ತುಕಡಿಯೊಂದನ್ನು ಕಳಿಸುವ ಯೋಜನೆ ರೂಪಿಸಿದ್ದರು. ವ್ಯವಸ್ಥೆಯಲ್ಲಿನ ಸಮಸ್ಯೆಯಿಂದಾಗಿ ತುಕಡಿ ಬರುವಾಗ ಒಂದು ತಿಂಗಳು ತಡವಾಗಿತ್ತು. ಮೇಜರ್ ಪ್ರೀತಿಚಂದ್ (ಹೊರಟಾಗ ಮೇಜರ್ ಆಗಿದ್ದರು, ಲದಾಖ್ ತಲುಪುವಾಗ ಅವರನ್ನು ಲೆಫ್ಟಿನೆಂಟ್ ಕರ್ನಲ್ ಪದವಿಗೇರಿಸಲಾಗಿತ್ತು) ಇಪ್ಪತ್ತು ಜನ ಲಾಹುಲಿ ಮತ್ತು ಲದಾಖಿಗಳನ್ನು ಸೇರಿಸಿಕೊಂಡು ಲದಾಖ್‌ನತ್ತ ಹೊರಟರು. ಸ್ಥಳೀಯರಿಗೆ ತರಬೇತಿ ಕೊಟ್ಟು ಅವರನ್ನು ಯುದ್ಧ ಸನ್ನದ್ಧರಾಗಿಸುವ ಯೋಜನೆ ರೂಪಿಸಿದರು. ಲದಾಖ್ ತಲುಪುವ ಮಾರ್ಗ ಸುಲಭವಿರಲಿಲ್ಲ. ಸೊಂಟದೆತ್ತರಕ್ಕೆ ಗುಪ್ಪೆಯಾಗಿದ್ದ ಮಂಜಿನ ನಡುವೆ ಅಕ್ಷರಶಃ ಒಂದೊಂದೇ ಹೆಜ್ಜೆಯಿಟ್ಟು ಎಚ್ಚರಿಕೆಯಿಂದ ಜೋಝಿಲಾ ದಾಟಬೇಕಿತ್ತು. 21 ದಿನಗಳ

ನಿರಂತರ ನಡಿಗೆಯ ನಂತರ ಲೇಹ್ ತಲುಪಿದ ಪ್ರೀತಿಚಂದ್‌ರ ತಂಡ ಧ್ವಜಾರೋಹಣ ನಡೆಸಿ ಸ್ಥಳೀಯರ ಪಡೆ ಕಟ್ಟುವ ಮಾತುಕತೆ ಶುರುಮಾಡಿತು. ಆಗಲೇ ಚೆವಾಂಗ್ ರಿಂಚೆನ್ ಕೈ ಮೇಲೆತ್ತಿ ಸ್ವಯಂ ಸೇವಕನಾಗುವ ಆಸಕ್ತಿ ತೋರಿದ್ದು.

ಮೇ ತಿಂಗಳಲ್ಲಿ ಮಂಜು ಕರಗಲಾರಂಭಿಸಿತು. ಆಕ್ರಮಣಕಾರಿಗಳಿಗೆ ಈಗ ಬಲು ಸಲೀಸು. ಚೋರ್ಬಟ್‌ಲಾ ಮಂಜಿನಿಂದ ಮುಕ್ತವಾದೊಡನೆ ಪಾಕ್ ಆಕ್ರಮಣಕಾರಿಗಳು ಸರಸರ ನಡೆದರು. ದಾರಿಯುದ್ದಕ್ಕೂ ಭಾರತೀಯ ಪಡೆಯ ನರಪಿಳ್ಳೆಯೂ ಇರಲಿಲ್ಲ. ಹೀಗಾಗಿ ಬಹುಪಾಲು ಮುಸಲ್ಮಾನರಿಂದಲೇ ಕೂಡಿದ್ದ ನುಬ್ರಾ ಕಣಿವೆಯ ದೊಡ್ಡ ಹಳ್ಳಿ ಬೈಗ್ದಾಂಗ್ದೋವನ್ನು ಸುಲಭವಾಗಿ ವಶಪಡಿಸಿಕೊಂಡಿತು ಪಾಕೀ ಪಡೆ. ಸುದ್ದಿ ಸೈನ್ಯದ ಮುಖ್ಯಾಲಯಕ್ಕೆ ತಲುಪಿತು. ಪಾಕೀ ಸೈನಿಕರು ತಮಗೆ ಸಾಧ್ಯವಿದ್ದ ಎಲ್ಲಾ ಮಾರ್ಗಗಳನ್ನು ಬಳಸಿ ಲೇಹ್‌ನೆಡೆಗೆ ಧಾವಿಸಿದರು. ಮೇ 22ಕ್ಕೆ ಅಂದರೆ ಕಾರ್ಗಿಲ್ ಪತನದ 12 ದಿನಗಳಲ್ಲಿ ಖಾಲಾತ್ಸೆಯ ಅತ್ಯಂತ ಪ್ರಮುಖ ಸೇತುವೆಯನ್ನು ಪಾಕೀ ಸೈನಿಕರು ಛಿದ್ರಗೊಳಿಸಿದರು. ಅಲ್ಲಲ್ಲಿ ಇರಬಹುದಾಗಿದ್ದ ಭಾರತೀಯ ಸೈನಿಕರೂ ಪ್ರತಿರೋಧ ತೋರಲಾಗದೇ ಅಕ್ಕಪಕ್ಕದ ಗುಡ್ಡಗಳಲ್ಲಿ ಕಾಣೆಯಾಗಿಬಿಟ್ಟರು. ಖಾಲಾತ್ಸೆಯಿಂದ ಲೇಹ್‌ಗೆ ಹೆಚ್ಚೆಂದರೆ ಒಂದು ದಿನದ ಅಂತರ.

ಮುಂದೇನು? ಸೈನ್ಯದ ಪ್ರಧಾನ ಕಚೇರಿಯೂ ಇದೇ ಪ್ರಶ್ನೆ ಕೇಳಿಕೊಳ್ಳುತ್ತಿತ್ತು. ಲೇಹ್‌ಗೆ ಸೈನಿಕರನ್ನು ತಲುಪಿಸಲು ಇರೋದು ಒಂದೇ ದಾರಿ. ವಿಮಾನದಿಂದ ಸೈನಿಕರನ್ನು ನೇರ ಲೇಹ್‌ನ ಏರ್‌ಬೇಸ್‌ಗೆ ಇಳಿಸೋದು. ಉಪಾಯ ಚೆನ್ನಾಗಿದೆ. ಸಮಸ್ಯೆಯೇನು ಗೊತ್ತೇ? ಲೇಹ್‌ನಲ್ಲಿ ವಿಮಾನ ಇಳಿಸಬಲ್ಲ ಏರ್‌ಬೇಸ್ ಇರಲಿಲ್ಲ. ಪ್ರೀತಿಚಂದರೊಂದಿಗೆ ಬಂದಿದ್ದ ಲದಾಖ್‌ನ ಮೊದಲ ಸಿವಿಲ್ ಇಂಜಿನಿಯರ್ ಸೋನಂ ನಾರ್ಬೂ ಏರ್‌ಬೇಸ್ ನಿರ್ಮಿಸುವ ತಯಾರಿಯಲ್ಲಿ ತೊಡಗಿದ್ದರು. ಆದರೆ ಲೇಹ್ ಸಮುದ್ರಮಟ್ಟದಿಂದ 7 ಸಾವಿರ ಅಡಿಗಿಂತಲೂ ಎತ್ತರದಲ್ಲಿದೆ. ಇಂತಹ ಸ್ಥಳದಲ್ಲಿ ಏರ್‌ಬೇಸ್ ನಿರ್ಮಿಸುವುದೇ ಕಠಿಣ. ಗುಡ್ಡ ಬೆಟ್ಟಗಳು ಸಾಲು ಸಾಲಾಗಿ ಹರಡಿರುವುದರಿಂದ ಸಮತಟ್ಟಾದ ಪ್ರದೇಶವೂ ಸಿಗುವುದಿಲ್ಲ. ಇನ್ನು ಅಲ್ಲಿ ಡಕೋಟಾ ವಿಮಾನಗಳನ್ನಿಳಿಸುವುದು ಇನ್ನೂ ಕಠಿಣ. ಒಟ್ಟಾರೆ ಸಮತಟ್ಟಾದ 365 ಮೀಟರ್ ಜಾಗವನ್ನು ರೂಪಿಸಿಕೊಂಡು ಅದರಲ್ಲಿ

305 ಮೀಟರುಗಳ ರನ್‌ವೇ ನಿರ್ಮಿಸಲಾಗಿತ್ತು. ಇಂತಹ ಸ್ಥಳದಲ್ಲಿ ಡಕೋಟಾ ವಿಮಾನಗಳನ್ನು ಇಳಿಸುವುದು ಹೆಚ್ಚೂ ಕಡಿಮೆ ಅಸಾಧ್ಯವೇ ಆಗಿತ್ತು!

ಮೇಜರ್ ಜನರಲ್ ತಿಮ್ಮಯ್ಯ ಆತಂಕದಲ್ಲಿದ್ದರು. ಏರ್ ಕಮಡೋರ್ ಮೆಹೆರ್ ಸಿಂಗ್‌ರಿಗಿಂತ ಈ ವಿಚಾರದಲ್ಲಿ ಸಮರ್ಥರು ಮತ್ತೊಬ್ಬರಿಲ್ಲವೆಂದು ಅರಿವಾದೊಡನೆ ಅವರಿಗೆ ಕರೆ ಹೋಯಿತು. ಚೆರಿ ವೃಕ್ಷಗಳ ಸುವಾಸನೆಯ ನಡುವೆ ಐಸ್‌ಕ್ರೀಂ ಮೆಲ್ಲುತ್ತ ತಿಮ್ಮಯ್ಯ ವಿಚಾರ ಪ್ರಸ್ತಾಪಿಸಿದರು. ಮೆಹೆರ್‌ಸಿಂಗ್ ಆಕ್ಷೇಪ ವ್ಯಕ್ತಪಡಿಸಿದರು. ಅತ್ಯಂತ ಹಳೆಯ, ಜೀರ್ಣವಾಗಿರುವ ಇಂಜಿನ್ನು ಹೊಂದಿರುವ ಡಕೋಟಾಗಳು ಆರೇಳು ಸಾವಿರ ಅಡಿ ಎತ್ತರದ ಏರ್‌ಬೇಸ್‌ನಲ್ಲಿ ಇಳಿಯಬಹುದೇ? ಎಂಬ ಪ್ರಶ್ನೆಗೆ ತಿಮ್ಮಯ್ಯ ಉತ್ತರಿಸಿದ್ದು ಹೇಗೆ ಗೊತ್ತೇ? ಅವುಗಳೊಟ್ಟಿಗೆ ತಾನು ಬರುವೆನೆಂಬ ಭರವಸೆ ನೀಡುವ ಮೂಲಕ.

ಮೇ 24ಕ್ಕೆ ಸ್ವತಃ ಮೇಜರ್ ಜನರಲ್ ತಿಮ್ಮಯ್ಯ ಡಕೋಟ ವಿಮಾನವನ್ನು ಹತ್ತಿ ಜಗತ್ತಿನ ಅತ್ಯಂತ ಎತ್ತರದ ಏರ್‌ಬೇಸ್‌ನ ಮೇಲೆ ಇಳಿದು ನಿಂತರು. ಸ್ಥಳೀಯರಿಗೆ ಒಂದೆರಡು ದಿನದಲ್ಲಿ ಸೈನಿಕರನ್ನು ಕಳಿಸುವ ಭರವಸೆ ನೀಡಿದರು, ಮರಳಿದರು. ಸಮರ್ಥ ಡಕೋಟಾಗಳು ದಕ್ಕದೇ ವಾತಾವರಣ ಏರುಪೇರಾದ ಸ್ಥಿತಿಯನ್ನು ಗಮನಿಸಿ ಸೈನ್ಯ ಮುಖ್ಯಾಲಯ ಮುಂದಿನ ಒಂದು ತಿಂಗಳ ಕಾಲ ಹೆಚ್ಚೂವರಿ ಸೈನಿಕರನ್ನು ತಲುಪಿಸುವಲ್ಲಿ ಸೋತು ಹೋಯ್ತು. ಕುಪಿತರಾದ ಪ್ರೀತಿಚಂದ್‌ರು 'ಭರವಸೆ ಕೊಟ್ಟು ಮರೆತು ಬಿಟ್ಟಿರಿ. ಭರವಸೆಯೇ ನೀಡದಿದ್ದರೆ ನಮ್ಮ ಮಾನಸಿಕ ಬಲ ಇಷ್ಟು ಕುಂದುತ್ತಿರಲಿಲ್ಲ' ಎಂದು ಆಕ್ರೋಶ ಭರಿತರಾಗಿ ತಮ್ಮ ಹಿರಿಯ ಅಧಿಕಾರಿಗಳಿಗೆ ಸಂದೇಶ ಕಳಿಸಿದರು. ಲೇಹ್‌ನ ಜನತೆಯೂ ಮುಂದಿನ ಬೆಳವಣಿಗೆಗಳಿಂದ ಆತಂಕಿತರಾಗಿಯೇ ಇದ್ದರು. ಬೌದ್ಧ ಸಂಘದ ಅಧ್ಯಕ್ಷರು 'ನಾಳೆಯೊಳಗೆ ಸಹಕಾರ ದೊರೆಯದಿದ್ದರೆ ನಮ್ಮ ಆಕ್ರಂದನದ ಸುದ್ದಿಗಳೂ

ನಿಮ್ಮ ಕಿವಿಗೆ ಮುಟ್ಟಲಾರದು' ಎಂಬ ಖಡಕ್ಕು ಸಂದೇಶ ಮುಟ್ಟಿಸಿದರು. ಇಷ್ಟಾದರೂ ಮೇ 31 ಮತ್ತು ಜೂನ್ 1 ಕ್ಕೇ ಸೈನಿಕ ತುಕಡಿಯೊಂದು ಬಂದು ಲೇಹ್ ಸೇರಿಕೊಂಡಿದ್ದು ಮತ್ತೊಂದು ತುಕಡಿಯಂತೂ ಮನಾಲಿ ಮೂಲಕ ಹೊರಟು ಜುಲೈ ತಿಂಗಳಲ್ಲಿ ಲೇಹ್ ಬಂದು ತಲುಪಿತು.

ಮತ್ತೊಮ್ಮೆ ಹಿಂದೆ ಹೋಗಿ ಪಾಕೀ ಪಡೆಯ ಆಕ್ರಮಣದ ವಿವರ ನೋಡಿಕೊಂಡು ಬನ್ನಿ. ಮೇ 22 ಕ್ಕೆ ಖಾಲಾತ್ಸೆ ವಶಪಡಿಸಿಕೊಂಡ ಪಾಕಿಗಳು 23ಕ್ಕೆ ಹೆಚ್ಚೆಂದರೆ 24ಕ್ಕಾದರೂ ಲೇಹ್ ಬಂದು ತಲುಪಬೇಕಿತ್ತು. ಆಗೆಲ್ಲ ಇಲ್ಲಿ ಯಾವ ಬಲಾಢ್ಯ ಸೈನಿಕ ತುಕಡಿಗಳೂ ಇರಲಿಲ್ಲ. ಹೀಗಿರುವಾಗ ಅವರು ಬರಲಾಗದೇ ಅಟಕಾಯಿಸಿಕೊಂಡದ್ದೆಲ್ಲಿ? ಲೇಹ್ ಉಳಿದದ್ದು ಹೇಗೆ? ಪ್ರಶ್ನೆ ಕೇಳಲೇ ಬೇಕಲ್ಲ.

ಹೌದು. ಕಥಾ ನಾಯಕ ಚೆವಾಂಗ್ ರಿಂಚೆನ್‌ನ ಕಥೆ ಶುರುವಾಗೋದೇ ಇಲ್ಲಿಂದ.

ಅಧ್ಯಾಯ 3

ಗುಂಡಿಗೆ ಎದೆಕೊಡಲು ಗುಂಡಿಗೆ ಬಲವಾಗಿರಬೇಕು!

ಮಾಧ್ಯಮಿಕ ಶಿಕ್ಷಣ ಆಗ ತಾನೆ ಮುಗಿದಿತ್ತು. ಆ ವೇಳೆಗೆ ಪಾಕೀ ಆಕ್ರಮಣದ ಸುದ್ದಿ ಕಿವಿಗೆ ಬಿತ್ತು. ಮಾತೃಭೂಮಿಯ ಸಂಕಟವನ್ನು ದೂರ ಮಾಡಲು ರಿಂಚೆನ್ ಸಿದ್ಧನಾದ. ಪುಸ್ತಕವನ್ನು ಬದಿಗೆಸೆದು ಸೈನ್ಯದ ಪಡಸಾಲೆಗೆ ಬಂದು ನಿಂತ. 'ಈಗ ಓದಿಕೊಂಡ್ರೆ ಆಮೇಲೆ ಅಧಿಕಾರಿಯಾಗಬಹುದು. ಮೊದಲು ಓದು ಮುಗಿಸು' ಅಂತ ಅನೇಕರು ಬುದ್ಧಿವಾದ ಹೇಳಿದರು. 'ಮಾತೃಭೂಮಿಯೇ ಉಳಿಯದಿದ್ದರೆ ಓದಿ ಮಾಡುವುದೇನು?' ಎಂದ ರಿಂಚೆನ್. ಶತ್ರು ಪಡೆ ಗಡಿ ಬಾಗಿಲಲ್ಲಿ ನಿಂತಿರುವಾಗ ಕಾಪಾಡದೇ ಬೆನ್ನು ತೋರುವುದು ಸರಿಯೇನು? ರಿಂಚೆನ್‌ನ ಆಲೋಚನೆಯಲ್ಲಿ ದ್ವಂದ್ವವಿರಲಿಲ್ಲ.

ಜನರಲ್ ಜೋರಾವರ್ ಸಿಂಗ್ ಲದಾಖನ್ನು ಆಕ್ರಮಿಸಿದ ಕಥೆ ಅವನಿಗೆ ಹೊಸತಲ್ಲ. ಸಾಮಾನ್ಯ ಕುಟುಂಬದಿಂದ ಬಂದಿದ್ದ ಜೋರಾವರ್ ಜಮ್ಮುವಿನ ರಾಜ ಗುಲಾಬ್‌ಸಿಂಗ್‌ನ ಸೈನ್ಯದಲ್ಲಿದ್ದ. ಅವನ ಹೋರಾಟದ ತೀವ್ರತೆ ಗಮನಿಸಿದ ರಾಜ ಅವನಿಗೆ ಸೈನ್ಯದ ಮುಖ್ಯಾಧಿಪತಿಯ ಹುದ್ದೆ ಕೊಟ್ಟು

ಗೌರವಿಸಿದ. ಮುಂದೆ ಕಿಶ್ತ್ವಾಡದ ರಾಜ್ಯಪಾಲಕನನ್ನಾಗಿ ಮಾಡಿ ಪೂರ್ಣ ಸ್ವಾತಂತ್ರ್ಯ ಕೊಟ್ಟ. ಇದೇ ಜೋರಾವರ್ ಲದಾಖನ್ನು ಗೆಲ್ಲುವ ದೃಷ್ಟಿಯಿಂದ ಬೃಹತ್ ಸೇನೆಯೊಂದಿಗೆ ಆಕ್ರಮಣ ಮಾಡಿದ. ನದಿಗಳಿಗೆ ಸೇತುವೆಯೂ ಇಲ್ಲದ ಕಾಲಕ್ಕೆ ಸೈನ್ಯವನ್ನು ಮುನ್ನಡೆಸಿ ಆಕಸ್ಮಿಕ ದಾಳಿಗಳ ಮೂಲಕ ಲದಾಖಿನ ಜನರನ್ನು ಬೆಚ್ಚಿ ಬೀಳಿಸುತ್ತ ಕೊನೆಗೂ ಲದಾಖ್‌ನ ಮೇಲೆ ತನ್ನ ಪ್ರಭುತ್ವ ಸ್ಥಾಪಿಸಿಯೇಬಿಟ್ಟ. ಆದರೆ ಅಚ್ಚರಿಯ ವಿಷಯವೇನು ಗೊತ್ತೇ? ಅಷ್ಟು ಬೃಹತ್ ಸೇನೆಯಿದ್ದರೂ ಈ ಭೂಭಾಗ ಗೆಲ್ಲಲು ಅವನಿಗೆ ಕನಿಷ್ಠ ಆರು ವರ್ಷಗಳಷ್ಟು ಸಮಯ ಬೇಕಾಯ್ತು. ಏಕಿರಬಹುದು? ಬಿಲ್ಲು–ಬಾಣ–ಭರ್ಜಿಗಳನ್ನು ಹಿಡಿದೂ ಗೊತ್ತಿರದಿದ್ದ 20 ಸಾವಿರ ಲದಾಖಿ ಜನರು ತಾತ್ಕಾಲಿಕ ತರಬೇತಿ ಪಡೆದು ಜೋರಾವರನ ಸೇನೆಗೆ ಪ್ರತಿರೋಧ ಒಡ್ಡಿದ್ದರು. ಆಗೆಲ್ಲ ಲದಾಖಿನಲ್ಲಿ ಇದ್ದದ್ದೆ 24 ಸಾವಿರ ಮನೆಗಳು. ಅಂದರೆ ಕನಿಷ್ಠ ಮನೆಗೊಬ್ಬರಾದರೂ ಸೈನ್ಯಕ್ಕೆ ಸೇರಿದ್ದಾರೆಂದಾಯ್ತು. ವಸ್ತುಗಳನ್ನು ಸಾಗಿಸುವ ಕುದುರೆ–ಕತ್ತೆಗಳನ್ನು ಹೊಂದಿರುವವರು ಆ ಮೂಲಕ ಸೇನೆಗೆ ನೆರವಾಗುತ್ತಿದ್ದರು. ಉಳಿದವರು ಭರ್ಜಿ, ಈಟಿಗಳನ್ನು ಹಿಡಿದು ಮುನ್ನುಗ್ಗಿದವರೇ. ಇದನ್ನು ರಿಂಚೆನ್ ಚೆನ್ನಾಗಿ ಅರಿತಿದ್ದ. ಜೋರಾವರ್‌ಸಿಂಗ್‌ನ ವಿರುದ್ಧ ಅವರನ್ನು ನಿಲ್ಲಿಸಿದ್ದು ಗೆಲ್ಲುವ ಹುಚ್ಚು ಮಾತ್ರ. ಈಟಿ, ಭರ್ಜಿ, ಬಿಲ್ಲು ಬಾಣಗಳಿಂದಲೇ ಬೃಹತ್ ಸೇನೆಯನ್ನು ಲದಾಖಿಗಳು ತಡೆದು ನಿಲ್ಲಿಸಿರಬಹುದಾದರೆ ಈಗ ಪಾಕೀ ಪಡೆಯನ್ನು ತಡೆಯುವುದು ಕಷ್ಟವೇ ಅಲ್ಲ.

ರಿಂಚೆನ್‌ನ ಮುಂದೆ ಎರಡು ಅಡಚಣೆಗಳಿದ್ದವು. ಒಂದೆಡೆ ಸಾಮಾನ್ಯ ಸೈನಿಕನಾದವ ತನ್ನ ಆತ್ಮಶಕ್ತಿ ಮಾತ್ರದಿಂದಲೇ ಮಾತೃಭೂಮಿಯ ರಕ್ಷಣೆಗೆ ನಿಂತಿದ್ದ, ಮತ್ತೊಂದೆಡೆ ಬೃಹತ್ ಸೈನ್ಯವನ್ನು ಎದುರಿಸಬಲ್ಲ ಛಾತಿ ಹುಂಭತನದಿಂದ ದಕ್ಕಿದ್ದೇ ಹೊರತು ತರಬೇತಿಯಿಂದಲ್ಲ! ಆತ ಈಗ ಗಟ್ಟಿಮನಸ್ಸು ಮಾಡಿಯಾಗಿತ್ತು. ತನ್ನಂತೆ ಆಲೋಚಿಸುವವರನ್ನು ಸೇರಿಸಿ ಸ್ವಯಂಸೇವಕರ ಪಡೆಕಟ್ಟಲು ನಿರ್ಧರಿಸಿದ. ಮನೆ–ಮನೆಗೆ ಹೋಗಿ ತರುಣರನ್ನು ತನ್ನ ಕೂಡಿಕೊಳ್ಳುವಂತೆ ಕೇಳಿಕೊಂಡ, ಗೋಗರೆದ. ತರುಣರು ಒಪ್ಪುತ್ತಿದ್ದರೇನೋ? ಅವರ ಮನೆಯವರು ಮಾತ್ರ ಬಗೆ–ಬಗೆಯ ಪ್ರಶ್ನೆ ಕೇಳುತ್ತಿದ್ದರು. ಅವರ ಪಾಲಿಗೆ ರಿಂಚೆನ್ ಹುಚ್ಚನಾಗಿದ್ದ.

'ನಿನ್ನೊಂದಿಗೆ ಸಾಯಲು ನಮ್ಮ ಮಗನನ್ನು ಕಳಿಸಬೇಕಾ?' ಅಂತ ಒಬ್ಬರು ಕೇಳಿದರೆ 'ನೀವೆಲ್ಲ ಶತ್ರುಗಳು ಗುರಿಯಿಡಲು ಬಳಸುವ

ವಸ್ತುಗಳಾಗಿಬಿಡುತ್ತೀರಿ ಅಷ್ಟೆ' ಎಂದು ಮತ್ತೊಬ್ಬ ಮೂದಲಿಸುತ್ತಿದ್ದ. 'ನಿಮ್ಮನ್ನೆಲ್ಲ ಕಡಿದು ಮಸಾಲೆ ಹಾಕಿ ತಮ್ಮ ನಾಯಿಗಳಿಗೆ ಮಾಂಸದೂಟ ಬಡಿಸುತ್ತಾರೆ' ಅಂತ ಒಬ್ಬ ಆಡಿಕೊಂಡು ನಕ್ಕರೆ, 'ಸಿಕ್ಕುಬಿದ್ದರೆ ಅವರು ಕೊಡುವ ಹಿಂಸೆ ಎಂಥದ್ದೆಂದು ಅರಿವಿದೆಯಾ?' ಅಂತ ಹೆದರಿಸುವವ ಮತ್ತೊಬ್ಬ. ರಿಂಚೆನ್ ಅಧೀರನಾಗಲಿಲ್ಲ. ಪ್ರಯತ್ನವನ್ನೂ ಬಿಡಲಿಲ್ಲ. 'ಸರಿ ಮತ್ತೇನು ಮಾರ್ಗ ಇದೆ ಅಂತಾದರೂ ಹೇಳಿ' ಅಂತ ದುಂಬಾಲು ಬಿದ್ದ. ಅದು ಸರ್ಕಾರದ ಕೆಲಸ ಎಂದರು ಕೆಲವರು. ಬುದ್ಧ ನೋಡಿಕೊಳ್ಳುತ್ತಾನೆಂದು ಇನ್ನೂ ಕೆಲವರು. ನಾವು ಅಹಿಂಸಾಮಾರ್ಗಿಗಳು ಯುದ್ಧ ನಮಗೆ ಹೇಳಿ ಮಾಡಿಸಿದ್ದಲ್ಲ ಎಂದೂ ಕೆಲವರ ಅಭಿಪ್ರಾಯವಾಗಿದ್ದರೆ, ಶಾಂತಿ ಪ್ರಿಯ ಲದ್ದಾಖಿನ ಮೇಲೆ ಯಾರಾದರೂ ಯಾಕೆ ದಾಳಿ ಮಾಡುತ್ತಾರೆಂದು ಕೆಲವರು ಲೋಕಾಭಿರಾಮವಾಗಿ ಮಾತನಾಡಿದರು. ರಿಂಚೆನ್ ಈಗ ದಾಳ ಪ್ರಯೋಗಿಸಲೇಬೇಕಿತ್ತು. 'ಸರ್ಕಾರ ಸಂಕಷ್ಟಕ್ಕೆ ಸಿಲುಕಿದಾಗ ಸಹಾಯಕ್ಕೆ ನಾವು ಧಾವಿಸದಿದ್ದರೆ ನಮ್ಮ ಮಂದಿರಗಳು, ಬುದ್ಧನ ವಿಗ್ರಹಗಳು ಆಕ್ರಮಣಕಾರಿಗಳ ಖಡ್ಗಕ್ಕೆ ಆಹುತಿಯಾಗಿ ಬಿಡುತ್ತವೆ. ನಮ್ಮ ಹೆಣ್ಣು ಮಕ್ಕಳು ಮಾನಭಂಗಕ್ಕೊಳಗಾಗಿ ಅವರ ಭೋಗದ ವಸ್ತುಗಳಾಗಿಬಿಡುತ್ತಾರೆ' ಎಂದು ಮನಕ್ಕೆ ನಾಟುವಂತೆ ವಿವರಿಸಿದ.

ಆಮೇಲೆ ಜನರ ಚೇತನಾ ಲಹರಿ ಬದಲಾಯ್ತು. ಕೆಲವರು ತಮ್ಮ ಮಕ್ಕಳನ್ನು ಕಳಿಸಿದರು. ಇನ್ನು ಕೆಲವರು ಇತರರಿಗೆ ಪ್ರೇರಣೆ ಕೊಟ್ಟರು. ನೋಡನೋಡುತ್ತಲೇ 'ನುಬ್ರಾ ಗಾರ್ಡ್ಸ್' ತುಕಡಿ ತಯಾರಾಯ್ತು. 28 ಜನ ತರುಣರು ರಿಂಚೆನ್ ಪಡೆ ಸೇರಿದರು. ಮಾರ್ಚ್ 25ರಂದು ಸುಬೇದಾರ್ ಭೀಮಚಂದರನ್ನು ತುಕಡಿಗೆ ತರಬೇತಿ ನೀಡುವಂತೆ ಕೇಳಿಕೊಳ್ಳಲಾಯ್ತು. ಯಾವ ಸೈನಿಕ ತಾನೇ ಇಂತಹುದೊಂದು ಸಾಹಸಕ್ಕೆ ಸಿದ್ಧವಾಗುತ್ತಾನೆ ಹೇಳಿ. 17ರ ಪೋರನೊಬ್ಬ ಅತ್ಯುತ್ಸಾಹದಿಂದ ಬಂದಿರುವುದು ನಿಜವಾದರೂ ಈ ಉತ್ಸಾಹ ಎಷ್ಟು ದಿನಗಳದ್ದೆಂದು ಯಾರಿಗೂ ಗೊತ್ತಿಲ್ಲ. ಶತ್ರುಗಳ ಗುಂಡಿನ ಮೊರೆತ ಕೇಳಿದೊಡನೆ ಏರಿದ ನಶೆಯೆಲ್ಲ ಇಳಿದರೂ ಇಳಿಯಬಹುದು. ಜೊತೆಗೆ ಚಿಕ್ಕ ಹುಡುಗನ ಮಾನಸಿಕ ಸ್ಥಿಮಿತತೆಯ ಬಗ್ಗೆ ಹೇಗೆ ಹೇಳೋದು. ಅವನ ಓದಿನ ವ್ಯಾಪ್ತಿ ಅದೆಷ್ಟು ಕಡಿಮೆ ಎಂದರೆ ಹೇಳಿದ್ದನ್ನು ಅರ್ಥೈಸಿಕೊಳ್ಳಬಲ್ಲನೇ ಎಂಬುದೂ ಅನುಮಾನ. ಹೀಗಿರುವಾಗ ಈತ

ಮುನ್ನಡೆಸುತ್ತಿರುವ ತಂಡಕ್ಕೆ ತರಬೇತಿ ಕೊಡುವುದು ಸಾಮಾನ್ಯವಂತೂ ಅಲ್ಲ. ಸುಬೇದಾರ್ ಸಾಹೇಬರು ಸವಾಲು ಸ್ವೀಕರಿಸಿದರು. ತರಾತುರಿಯ ತರಬೇತಿ ಶುರುವಾಯ್ತು. ಪಾಕೀಸ್ತಾನದ ಶಕ್ತ ಸೈನಿಕರೆದುರು ಈ ಬಾಲಕರ ಪಡೆಯನ್ನು ತರಬೇತು ಮಾಡಿ ನಿಲ್ಲಿಸಬೇಕಿತ್ತು!

ಸವಾಲು ಸುಬೇದಾರರಿಗೆ ಮಾತ್ರವಲ್ಲ, ಸ್ವತಃ ರಿಂಚೆನ್‌ಗೂ! ಅದಾಗಲೇ ಸಿದ್ಧವಾಗಿ ನಿಂತಂತಹ ತುಕಡಿಯ ಸೈನಿಕರು ಇವರನ್ನೆಲ್ಲ ಆಡಿಕೊಂಡು ನಗುತ್ತಿದ್ದರು. 'ರೈಫಲ್ ಮುಟ್ಟಿ ಗೊತ್ತಿದೆಯಾ?' ಅಂತಲೋ, 'ಗ್ರೆನೇಡ್ ಒಂದು ಹತ್ತಿರದಲ್ಲಿಯೇ ಸಿಡಿದರೆ ಏನಾಗುವುದೆಂದು ಗೊತ್ತಿದೆಯಾ?' ಅಂತಲೋ ಮೂದಲಿಸುತ್ತಿದ್ದರು. 'ಶತ್ರುವಿನ ಬಾಯೊನೆಟ್ಟು ಸೊಂಟದೊಳಕ್ಕೆ ಹೊಕ್ಕು ಕರಳನ್ನು ಹೊರಗೆ ಬಗೆದಾಗ ಅನುಭವ ಭಯಾನಕ' ಎಂದೂ 'ಎಲ್.ಎಮ್.ಜಿ ಅಥವಾ ಎಂ.ಎಂ.ಜಿ ನಿಮ್ಮ ಬಂಕರಿನೊಳಗೆ ಸಿಡಿದರೆ ನೀವೆಲ್ಲ ಕ್ಷಣಾರ್ಧದಲ್ಲಿ ಶವಗಳು' ಎಂದೂ ಹೆದರಿಸುತ್ತಿದ್ದರು. ರಿಂಚೆನ್ ಯಾವುದಕ್ಕೂ ಉತ್ತರಿಸುತ್ತಿರಲಿಲ್ಲ. ಆತ ಲಕ್ಷ್ಯದ ಆಚೀಚೆ ನೋಡಲೇ ಇಲ್ಲ. ಪ್ರತೀ ಬಾರಿ ಇಂತಹ ಮಾತು ಕಿವಿಗೆ ಬಿದ್ದಾಗಲೂ ಅವನ ಮಾನಸಿಕ ಸ್ಥೈರ್ಯ ನೂರ್ಪಟ್ಟು ಹೆಚ್ಚುತ್ತಿತ್ತು. ಹತ್ತು–ಹದಿಮೂರು ದಿನಗಳ ತರಬೇತಿ ಮುಗಿವವೇಳೆಗೆ ರಿಂಚೆನ್ ಗಟ್ಟಿಗನಾಗಿಬಿಟ್ಟಿದ್ದ. ಗುರು ಸುಬೇದಾರ್ ಭೀಮ್‌ಚಂದರಿಗೂ ವಿಶ್ವಾಸ ಬಂದಿತ್ತು. ಅವನ ಕೈಗೊಂದು ಸ್ಟೇನ್‌ಗನ್ ಬಂತು. ಅವನೀಗ ಪಾಕೀ ಪಡೆಯನ್ನೆದುರಿಸಲು ತನ್ನ ತುಕಡಿಯೊಂದಿಗೆ ಸಿದ್ಧನಾಗಿದ್ದ.

ಸುಬೇದಾರ್ ಸಾಹೇಬರೇ ಈ ತುಕಡಿಯನ್ನು ಮುನ್ನಡೆಸಿದರು. ನುಬ್ರಾ ಸ್ವಯಂಸೇವಕರ ಪಡೆಗೆ ಭರ್ತಿಯಾಗಲು ಬರುವ ಸ್ಥಳೀಯರಿಗೆ ತರಬೇತಿ ನೀಡಿ ಸೇರಿಸಿಕೊಳ್ಳುವ ಹೊಣೆಗಾರಿಕೆ ರಿಂಚೆನ್‌ನ ಹೆಗಲಿಗೇ ಬಿತ್ತು. ಮುಂದೆ ನುಬ್ರಾಗಾರ್ಡ್ಸ್ ಎಂದು ಸೈನ್ಯದ ಅಂಗವಾಗಿ ಹೋದ ಈ ಸ್ವಯಂಸೇವಕರ ಪಡೆಯನ್ನು ಹುಟ್ಟುಹಾಕಿದ, ಬಲಾಢ್ಯವಾಗಿ ಕಟ್ಟಿದ ಕೀರ್ತಿ ರಿಂಚೆನ್‌ನದೇ!

ನುಬ್ರಾ ಸ್ವಯಂಸೇವಕರನ್ನು ಈಗ ಶ್ಯೋಕ್ ನದಿಯ ದಡಕ್ಕೊಯ್ದು ನಿಲ್ಲಿಸಲಾಗಿತ್ತು. ಹತ್ತು ದಿನಗಳ ಹಗಲು–ರಾತ್ರಿ ನಡಿಗೆಯ ನಂತರ ಶ್ಯೋಕ್ ನದಿಯ ದಡದ ಗುಂಟ ನಡೆದು ಹೊಂದಿಕೊಂಡಿದ್ದ ಬೆಟ್ಟ ಹತ್ತಿಳಿದು ರಿಂಚೆನ್ ತುಕಡಿಯೊಂದಿಗೆ ಚುಮಿಕ್ ಲಾ ತಲುಪಿದ. ಅಲ್ಲಿಯೇ ಇದ್ದ

ಪಾಕೀಸ್ತಾನದ ಪೋಸ್ಟ್‌ನ ಮೇಲೆ ಅಚ್ಚರಿಯ ದಾಳಿ ಸಂಘಟಿಸಿ ಯಶಸ್ವಿಯಾದ. ಜೂನ್ 10ರಂದು ನಡೆದ ಈ ದಾಳಿಗೆ ಬೆರಗಾದ ಪಾಕೀ ಪಡೆ ಶವವಾದ ಇಬ್ಬರು ಸೈನಿಕರನ್ನು ಅಲ್ಲಿಯೇ ಬಿಟ್ಟು ಓಡಿತು. ಒಂದಷ್ಟು ಶಸ್ತ್ರಾಸ್ತ್ರಗಳೂ ನುಬ್ರಾ ಪಡೆಯ ಕೈ ಸೇರಿತು. ರಿಂಚೆನ್ ಬಳಗಕ್ಕೆ ಇದು ಶುಭಶಕುನ. ಅಲ್ಲಿಂದಾಚೆಗೆ ಜೋಂಗ್‌ಪೊ ವಶಕ್ಕೆ ಪಡೆದ ಈ ಅರೆ ತರಬೇತಿ ಪಡೆದ ಸೈನಿಕರು ಪಾಕೀ ಸೈನಿಕರನ್ನು ಬೈಗ್ಡಾಂಗ್ಡೊಗೆ ಸೀಮಿತಗೊಳ್ಳುವಂತೆ ದಿಗ್ಭಂಧನ ವಿಧಿಸಿದರು!

ಹಾಗಂತ ಎಲ್ಲೆಡೆಯೂ ಗೆಲುವೇ ಇತ್ತೆಂದಲ್ಲ. ತಮ್ಮ ಪ್ರದೇಶಗಳನ್ನು ಕಾಯುವ ಹೊಣೆಗಾರಿಕೆ ಹೊತ್ತು ಗಸ್ತು ತಿರುಗುತ್ತಿದ್ದಾಗ ಕೈಲಿ ಶಸ್ತ್ರಗಳಿಲ್ಲದೇ ಅಡ್ಡಾಡುತ್ತಿದ್ದ ಪಾಕೀ ಸೈನಿಕರು ರಿಂಚೆನ್‌ನ ಕಣ್ಣಿಗೆ ಬಿದ್ದರು. ಈ ಸೈನಿಕರನ್ನು ಜೀವಂತ ಹಿಡಿಯಲೆಂದು ಅಟ್ಟಿಸಿಕೊಂಡು ಹೋದಾಗ ಅವಿತಿದ್ದ ಪಾಕೀ ಸೈನಿಕರ ಗುಂಡಿನ ಮಳೆ ಶುರುವಾಯ್ತು. ಅನಿವಾರ್ಯವಾಗಿ ಬಂಡೆಯ ಸಂದಿಯಲ್ಲಿ ಅವಿತುಕೊಳ್ಳಬೇಕಾದ ಪರಿಸ್ಥಿತಿ ಬಂತು. ನಿಲ್ಲದ ಗುಂಡಿನ ದಾಳಿಗೆ ಬಂಡೆಗಳೂ ಅಲುಗಾಡಿದವು. ಆಗ ಒಂದು ಗುಂಡು ರಿಂಚೆನ್‌ನ ತಲೆಯ ಬದಿಯಲ್ಲಿ ಹಾದು ಹೋಗಿದ್ದಲ್ಲದೇ ಅವನು ಧರಿಸಿದ್ದ ವುಲ್ಲನ್ನಿನ

ಟೋಪಿಯನ್ನು ಹರಿದು ಹಾಕಿತ್ತು. ಹೆಲ್ಮೆಟ್ಟಿನೊಳಗೆ ರಿಂಚೆನ್ನಿನ ತಲೆ ಭದ್ರವಾಗಿತ್ತು. ಆದರೆ ಈ ಕಾದಾಟದಲ್ಲಿ ಈ ಪಡೆಯ ಧೀರ ಸೈನಿಕ ಚುಲ್ಟಿಮನ್ ಬಲಿದಾನವಾಗಿತ್ತು!

ಒಂದು ದಿಕ್ಕಿನಲ್ಲಿ ಪಾಕೀ ಸೈನಿಕರ ಪಾಲಿಗೆ ಬಲಾಢ್ಯ ಕೋಟೆಯಾಗಿ ನುಬ್ರಾ ಪಡೆ ನಿಂತಿದ್ದಾಗಲೇ ಮತ್ತೊಂದೆಡೆ ಸಿಂಧೂಕಣಿವೆಯ ದಿಕ್ಕಿನಲ್ಲಿ 600ಕ್ಕೂ ಹೆಚ್ಚು ಪಾಕೀ ಸೈನಿಕರು ಭಾರತೀಯ ಸೇನೆಯ ಮೇಲೆ ಮುಗಿಬಿದ್ದು ಲೇಹ್ ವಶಪಡಿಸಿಕೊಳ್ಳಲು ನುಗ್ಗುತ್ತಿದ್ದರು. ಲೇಹ್‌ನಿಂದ 16 ಕಿಲೋಮೀಟರ್ ದೂರದ ತರು ಎಂಬ ಜಾಗಕ್ಕೆ ಬಂದು ಸೇರಿಕೊಂಡರು. ಸಂಖ್ಯೆಯ ದೃಷ್ಟಿಯಿಂದ ಭಾರತೀಯ ಪಡೆಗಿಂತಲೂ ಅಪಾರವಾಗಿತ್ತು ಪಾಕೀಸೇನೆ. ಲೇಹ್‌ನ ಏರ್‌ಬೇಸ್ ಸಂಕಟದಲ್ಲಿತ್ತು. ನಮ್ಮ ಸೈನಿಕರೂ ಆಕ್ರಮಣಕಾರಿಗಳೆದುರಿಗೆ ನಿಲ್ಲಲಾಗದಂತೆ ಅತ್ತಿತ್ತ ಹರಡಿಕೊಂಡುಬಿಟ್ಟಿದ್ದರು. ಅವರೆಲ್ಲ ಈಗ ಲೇಹ್‌ನ ಮಧ್ಯಭಾಗಕ್ಕೆ ಬಂದು ಸೇರಿಕೊಂಡರು. ಸ್ವತಃ ಗೂರ್ಖಾ ಪಡೆಯ ಕಮ್ಯಾಂಡಿಗ್ ಅಧಿಕಾರಿ ಮೇಜರ್ ಹರಿಚಂದ್ ನಾಪತ್ತೆಯಾಗಿದ್ದರು. ಅವರು ಸುರಕ್ಷಿತವಾಗಿ ಮರಳಿ ಬರುವವರೆಗೆ ತೀರಿಕೊಂಡಿದ್ದಾರೆಂದೇ ಭಾವಿಸಲಾಗಿತ್ತು. ಸೈನ್ಯದ ಮುಖ್ಯಾಲಯದಲ್ಲಿ ಮೌನ ಮಡುಗಟ್ಟಿತ್ತು. ಈಗ ಅವರ ಮುಂದಿದ್ದ ಮಾರ್ಗ ಒಂದೇ. ಅಲ್ಲಲ್ಲಿ ಹೋರಾಡುತ್ತಿದ್ದ ಎಲ್ಲ ಸೈನಿಕರನ್ನೂ ಒಂದೆಡೆ ಸೇರಿಸಿಕೊಳ್ಳುವುದು. ಕೇಂದ್ರೀಕೃತ ಬಲವಾದ ಹೋರಾಟ ಸಂಘಟಿಸುವುದು. ಈ ಹೋರಾಟದಲ್ಲಿ ಅರೆಬೆಂದ ನುಬ್ರಾ ಪಡೆ ಬಳಸಿಕೊಳ್ಳದಿರುವುದೇ ಒಳಿತೆಂದು ಅವರು ನಿರ್ಧರಿಸಿದ್ದರು. ಅದಕ್ಕೆ ಕಾರಣವೂ ಇರದಿರಲಿಲ್ಲ. ಕದನದ ವೇಳೆ ಇವರು ತೀರಿಕೊಂಡರೆ, ಶತ್ರುಗಳ ಚಿತ್ರಹಿಂಸೆಗೆ ಗುರಿಯಾದರೆ ಸ್ಥಳೀಯರ ವಿರೋಧ ಕಟ್ಟಿಕೊಳ್ಳಬೇಕಾದೀತೆಂಬ ಹೆದರಿಕೆ. ಅದಕ್ಕೇ ಸೂಚನೆ ಹೊರಟಿತು. 'ನುಬ್ರಾಗಳಿಗೆ ಕೊಟ್ಟ ಶಸ್ತ್ರಾಸ್ತ್ರಗಳನ್ನು ಮರಳಿ ಪಡೆದು ಇಡಿಯ ಪಡೆಯನ್ನೇ ವಿಸರ್ಜಿಸಿಬಿಡಬೇಕು'.

ಸುದ್ದಿ ಕೇಳಿದೊಡನೆ ರಿಂಚೆನ್ ಹತಪ್ರಭನಾದ. ಇದುವರೆಗಿನ ಅವರ ಹೋರಾಟ ಬಲು ಜೋರಾಗಿಯೇ ಸಾಗಿತ್ತು. ಪಾಕೀ ಪಡೆಯನ್ನು ಒಂದಿಂಚೂ ಮುಂದೆ ಸಾಗಲು ಬಿಡದಂತೆ ತಡೆಯುವಲ್ಲಿ ಈ ಅರೆಪಕ್ವ ಸ್ವಯಂಸೇವಕರ

ಪಡೆ ಯಶಸ್ವಿಯಾಗಿತ್ತು. ಅಷ್ಟಾದರೂ ಸೇನೆ ಭರವಸೆ ಕಳೆದುಕೊಂಡಿತೆಂಬ ಬೇಸರದಲ್ಲಿಯೇ ಆತ ಹುಚ್ಚನಂತಾಗಿಬಿಟ್ಟ. ಇನ್ನು ರಕ್ಷಿಸುವವರ್ಯಾರೂ ಇಲ್ಲವೆಂಬ ಭಯದಿಂದ ಇಡಿಯ ಊರೇ ಲೇಹ್‌ನತ್ತ ಗುಳೆ ಹೊರಟಿತು. ತನ್ನ ಜನರ ಈ ಅಸಹಾಯಕ ಸ್ಥಿತಿಯನ್ನು ಗಮನಿಸಿದ ರಿಂಚೆನ್ ಊರಿನ ಹಿರಿಯರನ್ನು ಕರೆಸಿ ಸಭೆ ಕರೆದ, ಮಾರ್ಗದರ್ಶನ ಮಾಡುವಂತೆ ಕೇಳಿಕೊಂಡ. ಅವನ ತಂದೆ, ಗುರುಗಳೂ ಸೇರಿದಂತೆ ಎಲ್ಲರೂ ಸಭೆಯಲ್ಲಿದ್ದರು. ಮಾತೃಭೂಮಿಯ ಸಂಕಟವನ್ನು ಆತ ವಿವರಿಸಿದ ಪರಿ, ಅದರ ರಕ್ಷಣೆಗೆಂದು ಬಲಿದಾನವಾಗಲೂ ಸಿದ್ಧವಾದ ಆತನ ಸ್ಥೈರ್ಯ ಹಿರಿಯರ ಮನಸೂರೆಗೊಂಡಿತು. ಅವರು ಸ್ಪಷ್ಟವಾದ ಸಂದೇಶಕೊಟ್ಟರು, 'ಸೈನ್ಯ ನೀಡುವ ಬೆಂಬಲ ಇಲ್ಲವಾದರೂ ಚಿಂತೆ ಇಲ್ಲ. ಹಣ ಕ್ರೋಢೀಕರಿಸಿ ಅದೆಲ್ಲವನ್ನೂ ನಾವೇ ರೂಪಿಸಿಕೊಳ್ಳೋಣ'.

ಇಡಿಯ ಊರು ರಿಂಚೆನ್‌ನೊಂದಿಗೆ ಹೆಗಲಿಗೆ ಹೆಗಲು ಕೊಟ್ಟು ನಿಲ್ಲಲು ಉತ್ಸುಕವಾಯ್ತು. ಶಕ್ತಿ ತುಂಬಿಸಿಕೊಂಡ ರಿಂಚೆನ್ ತಡಮಾಡಲಿಲ್ಲ. ಖರ್ದುಂಗ್‌ಲಾ ಪಾಸ್ ಏರಿ, ಇಳಿದು ಲೇಹ್ ತಲುಪಿದ. ಲೆಫ್ಟಿನೆಂಟ್ ಕರ್ನಲ್ ಪ್ರೀತಿಚಂದ್‌ರನ್ನು ಜೋರಾವರ್ ಕೋಟೆಯಲ್ಲಿ ಭೇಟಿ ಮಾಡಿದ. ರಿಂಚೆನ್ ಮಾತೃಭೂಮಿಗಾಗಿ ಕೊನೆಯುಸಿರಿನವರೆಗೂ ಕಾದಾಡುವ ತನ್ನ ಬಯಕೆಯನ್ನು ತೋಡಿಕೊಂಡ, ತುಕಡಿಯನ್ನು ವಿಸರ್ಜಿಸದಿರುವಂತೆ ಬೇಡಿಕೊಂಡ. ಮನದೊಳಗೆ ರಿಂಚೆನ್‌ನ ಸಾಹಸವನ್ನು ಆರಾಧಿಸಿದ ಪ್ರೀತಿಚಂದರು ಅದನ್ನು ತೋರ್ಪಡಿಸದೇ ಮುಖಕ್ಕೆ ಹೊಡೆದಂತೆ ಕೇಳಿದರು, 'ಅಕಸ್ಮಾತ್ ನಿಮ್ಮ ಪಡೆ ಸೋತು, ನೀವು ಶರಣಾಗತರಾಗಿ ಶಸ್ತ್ರಾಸ್ತ್ರಗಳು ಪಾಕಿಗಳ ವಶವಾದರೆ ಏನು ಮಾಡಬೇಕು?' ರಿಂಚೆನ್ ಒಂದು ಕ್ಷಣವೂ ವಿಚಲಿತನಾಗಲಿಲ್ಲ. 'ಶರಣಾಗುವ ಪ್ರಶ್ನೆಯೇ ಇಲ್ಲ, ಇನ್ನು ಶಸ್ತ್ರಗಳನ್ನು ಒಪ್ಪಿಸುವ ಪ್ರಶ್ನೆ ಎಲ್ಲಿಯದು. ನನ್ನೊಳಗಿನ ಹೋರಾಟದ ಕಿಚ್ಚು ಎಂದೂ ಆರಲಾರದು' ಎಂದು ದೃಢವಾಗಿ ನುಡಿದ. ಪ್ರೀತಿಚಂದ್‌ರ ಎದೆ ಉಬ್ಬಿತು. ಅವರು ತಡಮಾಡಲಿಲ್ಲ. ಅವನ ತಂಡದ 28 ಜನರಿಗೆ 28 ರೈಫಲ್ಲುಗಳನ್ನು, ಒಂದು ಸ್ಟೆನ್‌ಗನ್‌ನ್ನು ಒಂದು ಪೆಟ್ಟಿಗೆಯ ತುಂಬಾ ಗ್ರೆನೇಡುಗಳನ್ನು ಮತ್ತೊಂದು ಪೆಟ್ಟಿಗೆಯ ತುಂಬಾ ಇನ್ನಿತರ ಶಸ್ತ್ರಗಳನ್ನು ಇಟ್ಟು ಅವನ ಕೈಗಿತ್ತರು. ಸಾಗಿಸಲು ಬೇಕಾದ ವ್ಯವಸ್ಥೆಯನ್ನು ಮಾಡಿದರು.

ಬೇಸರದಿಂದ ಖಾಲಿ ಕೈಯ್ಯವನಾಗಿ ಹೊರಟಿದ್ದ ಚೆವಾಂಗ್ ರಿಂಚೆನ್ ಈಗ ಕೈತುಂಬಾ ಶಸ್ತ್ರಗಳನ್ನು ಹೊತ್ತು ತಂದಿದ್ದ. ಎದುರಿಗಿದ್ದ ಪಾಕೀಪಡೆಯ ಸಂಖ್ಯೆಯ ಲೆಕ್ಕಕ್ಕೆ ಹೋಲಿಸಿದರೆ ಅದು ಬಲು ಕಡಿಮೆ ಎಂಬುದು ಗೊತ್ತಿದ್ದರೂ ಸಿಕ್ಕ ಧನಾತ್ಮಕ ಪ್ರತಿಕ್ರಿಯೆಯಿಂದಲೇ ಆತ ಉಬ್ಬಿಹೋದ. ಮರಳುವಾಗ ಗುಳೆ ಎದ್ದು ಲೇಹ್‌ನತ್ತ ತೆರಳುತ್ತಿದ್ದ ಜನರೊಂದಿಗೆ ಮಾತಿಗಿಳಿದು ಸಂಕಟದಲ್ಲಿದ್ದ ಮಾತೃಭೂಮಿಯನ್ನು ತ್ಯಜಿಸಿ ಹೊರಡುವುದು ಸರಿಯಲ್ಲವೆಂದು ಒಪ್ಪಿಸಿ ಅವರಲ್ಲಿ ಕೆಲವರನ್ನು ತನ್ನ ತುಕಡಿಯ ಸಹಾಯಕ್ಕೆಂದು ಮರಳಿ ಕರಕೊಂಡು ಹೊರಟ.

ನುಬ್ರಾ ಸ್ವಯಂಸೇವಕರ ಪಡೆಗೆ ಹೊಸ ಚೈತನ್ಯ ಬಂದಿತ್ತು.

ಅಧ್ಯಾಯ 4

ತಾಕತ್ತು ತೋರಿಸಿಯೇ ಸೈನಿಕನಾದ

ಸ್ಕರ್ದು ವಶಪಡಿಸಿಕೊಂಡ ನಂತರ ಅಲ್ಲಿ ಕದನದಲ್ಲಿ ನಿರತರಾಗಿದ್ದ ಪಾಕೀ ಪಡೆಯೂ ಲೇಹ್‌ನತ್ತ ಧಾವಿಸಿತು. ರಿಂಚೆನ್ ಶಸ್ತ್ರ ಕೊಟ್ಟು ಮರಳಿದ್ದ ಸ್ವಯಂ ಸೇವಕರನ್ನೆಲ್ಲ ಮರಳಿ ಕರೆಸಿಕೊಂಡ. ಅವರನ್ನು ಮತ್ತೊಮ್ಮೆ ಪ್ರೇರೇಪಿಸಿ ಸ್ಕರ್ದುವಿನತ್ತ ಕರೆದುಕೊಂಡು ಹೋಗಲಾಯ್ತು. ಮಾರ್ಗ ಮಧ್ಯದಲ್ಲಿ ಸ್ಕಂಪುಕ್ ಹಳ್ಳಿಯ ಬಳಿ ರಿಂಚೆನ್ ಪಡೆ ತಲುಪುವಾಗಲೇ ಅವರಿಗೆ ಸುದ್ದಿ ದಕ್ಕಿತು. ಭಾರತೀಯ ಪಡೆ ಓಡಿ ಹೋಗಿದೆ ಎಂದು ಭಾವಿಸಿ ಪಾಕ್ ಸೈನಿಕರು ದುರಹಂಕಾರದಿಂದ ಮುನ್ನುಗ್ಗುತ್ತಿದ್ದರು. ಹಳ್ಳಿಯೊಂದಕ್ಕೆ ಸಾಮಾನು-ಸರಂಜಾಮುಗಳನ್ನು ಒಯ್ಯಲು 200 ಹೇಸರಗತ್ತೆಗಳು ಮತ್ತು ಸಹಕರಿಸಲು ಜನರನ್ನು ಕಳಿಸಿಕೊಡುವಂತೆ ಒತ್ತಡ ಹೇರಲಾಗಿತ್ತು. ಬಕಾಸುರ ಹಳ್ಳಿಯೊಂದಕ್ಕೆ ಪ್ರತಿನಿತ್ಯ ಬಂಡಿ ತುಂಬುವಷ್ಟು ಅನ್ನ ಮತ್ತು ಅದನ್ನು ತರಲು ಒಬ್ಬ ವ್ಯಕ್ತಿಯನ್ನು ಕೇಳಿರಲಿಲ್ಲವೇ ಹಾಗೇ. ಅಲ್ಲಿನಂತೆ ಇಲ್ಲಿಯೂ ಬಕಾಸುರನನ್ನೆದುರಿಸಲು ಬಲ ಭೀಮ ರಿಂಚೆನ್ ರೂಪದಲ್ಲಿ ನಿಂತಿದ್ದ.

ಪಾಕೀ ಸೈನಿಕರು ಪ್ರಾಣಿಗಳ ಚರ್ಮದಿಂದ ಮಾಡಿದ ವಿಶೇಷ ತೆಪ್ಪಗಳಲ್ಲಿ ಶ್ಯೋಕ್ ನದಿ ದಾಟಿ ಲೇಹ್‌ನತ್ತ ಸಾಗುವ ಉಪಾಯ ಮಾಡಿದ್ದರು. ಸುದ್ದಿ ಪಡೆದ ಚೆವಾಂಗ್ ರಿಂಚೆನ್ ನದಿಯ ಮಧ್ಯದಲ್ಲಿಯೇ ಅವರನ್ನು ಅಡ್ಡಗಟ್ಟುವ ಮನಸ್ಸು ಮಾಡಿದ. ಅಂದು ಬೆಳಿಗ್ಗೆ ಶತ್ರು ಸೈನಿಕರು ದೋಣಿಯೇರಿ ಶ್ಯೋಕ್

ನದಿ ದಾಟುವ ತವಕದಲ್ಲಿದ್ದಾಗಲೇ ರಿಂಚೆನ್ ತನ್ನ ಪಡೆಯನ್ನು ಈ ದಂಡೆಯ ಬಂಡಿಗಳ ನಡುವೆ ಅವಿತು ಕುಳಿತುಕೊಳ್ಳುವಂತೆ ವ್ಯವಸ್ಥೆ ಮಾಡಿದ್ದ. ಕೊನೆಯ ದೋಣಿಯು ನೀರಿಗಿಳಿಯುವವರೆಗೆ ಆಕ್ರಮಣ ಮಾಡಬಾರದೆಂಬುದು ರಿಂಚೆನ್‌ನ ಆದೇಶ. ಪ್ರತಿಯೊಬ್ಬ ಸೈನಿಕನನ್ನು ಜೀವಂತ ಸೆರೆಹಿಡಿಯುವ ಹುಚ್ಚು ಅವನಿಗೆ.

ಕೆಲವು ದೋಣಿಗಳು ನೀರಿಗಿಳಿದವು. ಸೈನಿಕರು ಹುಟ್ಟು ಹಾಕುತ್ತ ಅರ್ಧಕ್ಕೆ ಬರುವ ವೇಳೆಗೆ ಇತ್ತಲಿಂದ ಗುಂಡೊಂದು ಹಾರಿಬಿಟ್ಟಿತು. ಮುಂದೆ ನಡೆದ ತೀವ್ರ ದಾಳಿಯಲ್ಲಿ ಅನೇಕ ಪಾಕೀ ಸೈನಿಕರು ರಕ್ತ ಕಾರುತ್ತ ನೀರಿಗೆ ಬಿದ್ದರು. ಉಳಿದವರು ದೋಣಿಯಿಂದಿಳಿದು ಓಡಿಹೋದರು. ದಡ ಸೇರಿ ದಾಳಿಗೈದರಾದರೂ ಇತ್ತಲಿನ ಪ್ರತಿರೋಧ ನೋಡಿ ಗಾಬರಿಯಾಗಿ ಹಿಂದೆ ಸರಿದು ಮತ್ತೊಂದು ಹಳ್ಳಿ ಸೇರಿಕೊಂಡರು.

ರಕ್ಷಣೆಗೆ ಸೂಕ್ತ ಯೋಜನೆ ರೂಪಿಸಿದ ರಿಂಚೆನ್ ಒಂದಷ್ಟು ಸೈನಿಕರನ್ನು ದಡದಲ್ಲಿ ಬಿಟ್ಟು ಮತ್ತೊಂದಷ್ಟು ಸೈನಿಕರೊಂದಿಗೆ ಸ್ಕುರು ಎಂಬ ಹಳ್ಳಿಯತ್ತ ಹೊರಟ. ಹಳ್ಳಿಗರನ್ನು ಮತ್ತೊಂದು ಹಳ್ಳಿಗೆ ವರ್ಗಾಯಿಸಿ ರಿಂಚೆನ್ ಪಡೆ ಅಲ್ಲಿ ಬೀಡುಬಿಟ್ಟಿತು. ಅಲ್ಲಿನ ಸೇತುವೆಯನ್ನು ಕೆಡವಿ ಪಾಕೀ ಸೈನಿಕರು

ಒಳನುಸುಳದಂತೆ ತಡೆಯಲಾಯ್ತು. ದಿನ ಕಳೆದಂತೆ ರಿಂಚೆನ್‌ನ ಬಳಗ ವಿಸ್ತಾರವಾಯ್ತು. ತಮ್ಮ ಕೈಗೆ ಸಿಕ್ಕಿದ ಆಯುಧ ಹಿಡಿದು ಅನೇಕರು ರಣರಂಗಕ್ಕೆ ಧುಮುಕಿದ್ದರು. ಇನ್ನೂ ಕೆಲವರು ಗೋಧಿ ಹಿಟ್ಟು, ಒಣ ಹಣ್ಣುಗಳನ್ನು ತಂದು ಸೈನಿಕರ ಆಹಾರದ ಕೊರತೆ ನೀಗಿಸಿದ್ದರು. ಈಗ ರಿಂಚೆನ್‌ನ ಪಡೆಯಲ್ಲಿ 300 ಜನ ಸೈನಿಕರಿದ್ದರು. ಒಂದೇ ಮಾತಿನಲ್ಲಿ ಹೇಳಬೇಕೆಂದರೆ ಇಡಿಯ ನುಬ್ರಾ ಕಣಿವೆ ಏಕ ವ್ಯಕ್ತಿಯಾಗಿ ಮಾತೃಭೂಮಿಯ ರಕ್ಷಣೆಗೆಂದು ಕಟಿಬದ್ಧವಾಗಿ ನಿಂತಿತ್ತು. ಇವರುಗಳ ಖದರ್ರು, ಘೋಷಣೆ ಕೂಗುವ ಶೈಲಿ ಹೇಗಿತ್ತೆಂದರೆ ಬಂದೂಕು ಹಿಡಿಯಲು ಗೊತ್ತಿಲ್ಲದ ಈ ಸ್ವಯಂಸೇವಕರ ಪಡೆಯನ್ನು ಪಾಕೀ ಸೈನಿಕರು ಭಾರತೀಯ ಸೇನೆ ಎಂದು ಭಾವಿಸಿ ಆಕ್ರಮಣ ಮಾಡದೇ ಕಾದು ಹೋರಾಡುವ ರಣತಂತ್ರ ರಚಿಸಿತು.

ಇತ್ತ ರಿಂಚೆನ್ ಶತ್ರು ಪಡೆಯನ್ನು ದಾರಿ ತಪ್ಪಿಸಲು ಬೇರೆ ಬೇರೆ ಭಾಗಗಳಲ್ಲಿ ಸೈನಿಕರನ್ನು ನಿಲ್ಲಿಸಿ ಆಕ್ರಮಣ ಮಾಡಿಸಿದ. ಬೇರೆ ಬೇರೆ ಸ್ಥಳಗಳಲ್ಲಿ ಬೆಂಕಿ ಉರಿಸಿ ಅಲ್ಲೆಲ್ಲಾ ಸೇನೆ ಬೀಡು ಬಿಟ್ಟಿರುವಂತೆ ಭ್ರಮೆ ಹುಟ್ಟಿಸಿದ. ಪರಿಣಾಮ ಶತ್ರುಗಳು ನೇರ ಹಣಾಹಣಿಗೆ ಮನಸ್ಸು ಮಾಡಲಿಲ್ಲ, ಧೈರ್ಯವೂ ಸಾಕಾಗಲಿಲ್ಲ. ಎಂಟು ದಿನಗಳ ಕಾಲ ಬೇಸತ್ತು ಪಾಕಿಗಳು ಕೊನೆಗೂ ಎಲ್‌ಎಂಜಿ ಮತ್ತು ಮೋಟಾರುಗಳ ಮೂಲಕ ಕಂಪನಿ ಮಟ್ಟದ ಆಕ್ರಮಣ ಶುರುಮಾಡಿತು. ಇತ್ತಲಿಂದಲೂ ತೀವ್ರ ಪ್ರತಿರೋಧ ವ್ಯಕ್ತವಾಯಿತು. ಪಾಕೀ ಪಡೆಗೆ ಅಪಾರವಾದ ನಷ್ಟವಾಯ್ತು. ಭಾರತೀಯರು ಕಳಕೊಂಡದ್ದು ಒಂದು ಜೀವ. ಹೀಗೆ ವಾರಗಟ್ಟಲೇ ಪಾಕೀಸ್ತಾನವನ್ನು ಶ್ಯೋಕ್ ನದಿಯ ದಡದಲ್ಲಿ ಕಟ್ಟಿ ಹಾಕಿದ್ದರಿಂದಲೇ ಅವರು ಲೇಹ್ ತಲುಪುವಲ್ಲಿ ತಡವಾಯ್ತು. ಭಾರತೀಯ ಸೈನಿಕರು ಅಲ್ಲಿ ಬಂದು ರಕ್ಷಣಾಕಾರ್ಯ ಚುರುಕು ಮಾಡುವಲ್ಲಿ ಸಾಕಷ್ಟು ಸಮಯ ದಕ್ಕಿತು.

ಗುಡ್ಡದ ಮೇಲಿನ ಗೋಂಪಾದಲ್ಲಿ ಈ ಸೇನೆಯ ಮುಖ್ಯಾಲಯ ಕಾರ್ಯ ನಿರ್ವಹಿಸುತ್ತಿರುವ ವರದಿ ಸಿಕ್ಕೊಡನೆ ಪಾಕಿಸ್ತಾನ ಆ ಸ್ಥಳವನ್ನೇ ನಾಶಮಾಡಲು ಸಾಕಷ್ಟು ಪ್ರಯತ್ನ ಪಟ್ಟಿತು. ಆದರೆ ಅವರು ಸಿಡಿಸಿದ ಬಾಂಬುಗಳು ನಿಷ್ಪ್ರಯೋಜಕವಾಗಿದ್ದವು! ಹತಾಶರಾದ ಪಾಕಿಸ್ತಾನಿಯರು ಶ್ಯೋಕ್‌ನದಿ ದಾಟುವ ಯೋಜನೆಯನ್ನು ಕೈ ಬಿಟ್ಟು ನುಬ್ರಾ ಪಡೆಗೆ

ನತಮಸ್ತಕವಾದರು. ಶತ್ರುಪಡೆ ಬೇರೆ ದಿಕ್ಕಿನತ್ತ ಸಾಗಿದೆ ಎಂಬ ಸುದ್ದಿಯಿಂದ ನುಬ್ರಾಗಳು ನಿರಾಶವಾದರು. ಆಗಲೇ ಮಧ್ಯರಾತ್ರಿಯ ವೇಳೆಗೆ ಗ್ರೆನೇಡುಗಳಿಂದ ಶತ್ರುಗಳ ದಾಳಿಯಾಯ್ತು. ಅಚಾನಕ್ಕು ದಾಳಿಯಿಂದ ಕಂಗೆಟ್ಟ ರಿಂಚೆನ್ ಪಡೆ ಪತರಗುಟ್ಟಿತು. ಸಾಕಷ್ಟು ಸಾವು-ನೋವುಗಳಾದವು. ಧೃತಿಗೆಡದೆ ಸಂಘಟಿಸಿದ ಮರುದಾಳಿಯಿಂದ ಶತ್ರುಪಡೆ ಸ್ತಬ್ಧವಾಯಿತು.

ಈ ದಿನಗಳಲ್ಲಿಯೇ ಚೆವಾಂಗ್ ರಿಂಚೆನ್‌ಗೆ ಎಚ್ಚರಿಕೆಯ ಸಂದೇಶವೊಂದು ಬಂತು. ನಂಬಲರ್ಹ ಮೂಲಗಳಿಂದ 'ಪಾಕೀ ಸೇನೆ ಆತನನ್ನೇ ಜೀವಂತ ಸೆರೆಹಿಡಿಯುವ ತಂತ್ರ ಹೆಣೆಯುತ್ತಿದೆ' ಎಂಬ ಸುದ್ದಿ ಅನೇಕರಲ್ಲಿ ಗಾಬರಿ ಹುಟ್ಟಿಸಿತು. ರಿಂಚೆನ್ ವಿಚಲಿತನಾಗಲಿಲ್ಲ. ತನ್ನ ಕದನ ಕಲಿತನದ ಕುರಿತಂತೆ ಹೆಮ್ಮೆಯಾಯ್ತು ಅವನಿಗೆ. ಅವನು ತಡಮಾಡಲಿಲ್ಲ. ಲೇಹ್‌ನಲ್ಲಿರುವ ಆಪ್ತರಿಗೆ ಲೆಫ್ಟಿನೆಂಟ್ ಕರ್ನಲ್ ಪ್ರೀತಿಚಂದರರನ್ನು ಭೇಟಿಮಾಡಿ ಸೈನಿಕರನ್ನೂ ಶಸ್ತ್ರಗಳನ್ನೂ ಕಳಿಸಿಕೊಡುವಂತೆ ವಿನಂತಿಸಿದ. ತಾನೂ ತನ್ನ ಪಡೆಯ ಸೈನಿಕನೊಬ್ಬನನ್ನು ಅವರ ಬಳಿ ಕಳಿಸಿ ಈ ವಿನಂತಿ ಖುದ್ದು ಮಂಡಿಸಿದ.

ಸ್ಕುರುವಿನ ಗಡಿಯಲ್ಲಿ ಪಾಕೀ ಸೈನಿಕರಿಗೆ ಕಠಿಣ ಎದುರಾಳಿಯಾಗಿ ನಿಂತು ಅವರು ಒಂದು ಹೆಜ್ಜೆ ಮುಂದಿಡದಂತೆ ತಡೆದ ರಿಂಚೆನ್‌ನ ಬಳಗದ ಸಾಹಸಕ್ಕೆ ಪ್ರೀತಿಚಂದರು ರೋಮಾಂಚಿತರಾಗಿದ್ದರು. ಅವರು ಆದಷ್ಟು ಬೇಗ ಸೇನಾನೆರವನ್ನು ನೀಡುವ ಭರವಸೆ ಕೊಟ್ಟದಲ್ಲದೇ ತುರ್ತಾಗಿ ಬೇಕಾದ ಶಸ್ತ್ರಗಳನ್ನು ತಲುಪಿಸುವ ವ್ಯವಸ್ಥೆಯನ್ನೂ ಮಾಡಿದರು. ಸೈನಿಕರ ತುಕಡಿಯೊಂದು ರಿಂಚೆನ್‌ರಿಗೆ ಜೊತೆಯಾಗಿ ನಿಲ್ಲಲು ಲೇಹ್‌ನಿಂದ ಬೀಳ್ಕೊಂಡಿತು. ಇವೆಲ್ಲದರೊಂದಿಗೆ ಪ್ರೀತಿಚಂದರು ರಿಂಚೆನ್‌ಗೆ ಒಂದು ಅಭಿನಂದನಾ ಪತ್ರ ಕಳಿಸಿದರು.

'ನನ್ನ ಪ್ರೀತಿಯ ಧೀರ ಚೆವಾಂಗ್ ರಿಂಚೆನ್, ಕಮ್ಯಾಂಡರ್, ನುಬ್ರಾಗಾರ್ಡ್ಸ್

ಶ್ರೀ ರಿಗ್ಜಿನ್ ನಾಮ್‌ಗಿಯೂಲ್‌ರು ಶತ್ರು ಪಡೆಯನ್ನು ಎದುರಿಸುವಲ್ಲಿ ನುಬ್ರಾಗಾರ್ಡ್ಸ್‌ನ ಸಾಹಸವನ್ನು ವರ್ಣಿಸಿ ಬರೆದ ಪತ್ರ ನನ್ನ ಕೈಸೇರಿದೆ. ನೀವೆಲ್ಲರೂ ಅವರನ್ನು ಅಡ್ಡಗಟ್ಟುವಲ್ಲಿ ಅಸೀಮ ಧೈರ್ಯ ಮತ್ತು ಕೆಚ್ಚೆದೆ ತೋರಿರುವುದು ನನಗೆ ತಿಳಿದಿದೆ. ಈ ಸಂದೇಶವಾಹಕನೊಂದಿಗೆ ನಾನು ಒಂದಷ್ಟು ಕಾಡತೂಸುಗಳನ್ನು, ಗ್ರೆನೇಡುಗಳನ್ನು ಕಳಿಸುತ್ತಿದ್ದೇನೆ.

ಇಲ್ಲಿಯೂ ನಮ್ಮ ಸೇನೆ ಶತ್ರು ಸೈನಿಕರ ವಿರುದ್ಧ ಕಲಿತನದಿಂದ ಕಾದಾಡುತ್ತಿದೆ. ತರುವಿನಲ್ಲಿ ನಮ್ಮ ಸೈನಿಕರನೇಕರು ಹುತಾತ್ಮರಾದರೂ ನಾವು ಶತ್ರು ಠಾಣ್ಯವನ್ನು ವಶಪಡಿಸಿಕೊಳ್ಳುವಲ್ಲಿ ಯಶಸ್ವಿಯಾಗಿದ್ದೇವೆ. ಶತ್ರು ಪಾಳಯದಲ್ಲೂ ಸಾಕಷ್ಟು ಜೀವಹಾನಿ ಆಗಿದೆ, ಶತ್ರುಗಳ ನಾಶವೂ ಆಗಿದೆ! ಅನೇಕರು ಗಾಯಾಳುಗಳಾಗಿ ನರಳುತ್ತಿದ್ದಾರೆ. ನಮ್ಮ ಮನೋಬಲ ಉನ್ನತ ಸ್ಥಿತಿಯಲ್ಲಿದೆ.

ನಮಗೆ ಶಸ್ತ್ರಗಳು ಮತ್ತು ಸೈನಿಕರ ನೆರವು ಮುಖ್ಯಾಲಯದಿಂದ ದೊರೆತಿದೆ. ಮನಾಲಿಯ ದಿಕ್ಕಿನಿಂದಲೂ ಒಂದು ಬಟಾಲಿಯನ್ನು ಬಂದು ತಲುಪಿದೆ. ನಾನು ಗೋರ್ಖಾ ಕಂಪನಿಯೊಂದಿಗೆ ಮತ್ತು ಮೋಟಾರ್‌ಗನ್ನು, ಮೆಶಿನ್‌ಗನ್ನು ಇತರೆ ಶಸ್ತ್ರಗಳೊಂದಿಗೆ ಖುದ್ದಾಗಿ ಅಲ್ಲಿಗೆ ಆಗಮಿಸುತ್ತೇನೆ.

ಜೊತೆಗೆ ಹೊಸದಾಗಿ ಹುಟ್ಟುಹಾಕಿದ ಜಮ್ಮು ಮತ್ತು ಕಾಶ್ಮೀರದ ಒಂದು ಬಟಾಲಿಯನನ್ನು ಆದಷ್ಟು ಶೀಘ್ರ ನಿಮ್ಮ ಸಹಾಯಕ್ಕೆಂದು ಕಳಿಸಲಾಗುವುದು.

ಅಲ್ಲಿಯವರೆಗೂ ಬುದ್ಧ ನಿಮಗೆ ಸಹಾಯ ಮಾಡಲೆಂದು ಪ್ರಾರ್ಥಿಸುವೆ, ನಿನ್ನ ಪಡೆಯವರಿಗೂ ನನ್ನ ಶಭಾಷ್ ಹೇಳಿಬಿಡು. ಅಭಿನಂದನೆಗಳು ಮತ್ತು ಶುಭ ಹಾರೈಕೆಗಳು.

ಜೈ ಭಾರತ್

ಲೆಫ್ಟಿನೆಂಟ್ ಕರ್ನಲ್ ಠಾಕೂರ್ ಪ್ರೀತಿಚಂದ್

ಒಂದು ನಿಮಿಷ ಊಹಿಸಿಕೊಂಡು ನೋಡಿ. ಯುದ್ಧ ಭೂಮಿಯ ನಡುವೆ ಕದನಕಲಿಯೋರ್ವನಿಗೆ ಇಂತಹುದೊಂದು ಪತ್ರ ನಾಯಕನ ಕಡೆಯಿಂದ ಬಂದರೆ ಅವನ ಆತ್ಮಸ್ಥೈರ್ಯ ಅದೆಷ್ಟು ವೃದ್ಧಿಯಾಗಿರಬೇಕು! ವಿಸರ್ಜಿಸಿದ ತುಕಡಿಯೊಂದಕ್ಕೆ ಲೆಫ್ಟಿನೆಂಟ್ ಕರ್ನಲ್‌ರು ಈ ರೀತಿಯ ಪತ್ರ ಬರೆಯುತ್ತಾರೆಂದರೆ ಹೋರಾಟದ ಸವಾಲುಗಳು ಹೇಗಿರಬೇಕೆಂದು ಊಹಿಸಿ. ಚೆವಾಂಗ್ ರಿಂಚೆನ್ ನಿಸ್ಸಂಶಯವಾಗಿ ಸೈನ್ಯದ ಅಧಿಕಾರಿಗಳ ಕಣ್ಮಣಿಯಾಗಿಬಿಟ್ಟಿದ್ದ.

ಪತ್ರ ಕಳಿಸಿದ ಕೆಲವು ದಿನಗಳಲ್ಲಿಯೇ ಲೆಫ್ಟಿನೆಂಟ್ ಕರ್ನಲ್ ಪ್ರೀತಿಚಂದರು ನುಬ್ರಾಗಾರ್ಡ್ಸ್ ಕದನದಲ್ಲಿ ಭಾಗಿಯಾಗಿದ್ದ ಪ್ರದೇಶ ನೋಡಲೆಂದು ಹೊರಟರು. ಸ್ವತಃ ರಿಂಚೆನ್‌ನ ತಂದೆ ಅವರೊಟ್ಟಿಗಿದ್ದರು. ಪ್ರತ್ಯಕ್ಷ ಕದನ ಭೂಮಿಯಲ್ಲಿ ಘೋರ ಕದನ ನಡೆಯುತ್ತಿದ್ದುದರಿಂದ ಲೆಫ್ಟಿನೆಂಟ್ ಕರ್ನಲ್ ಸಾಹೇಬರು ತಾರ್ಶೆ ಎನ್ನುವ ಹಳ್ಳಿಯಲ್ಲಿ ಉಳಿದುಕೊಂಡರು. ರಿಂಚೆನ್‌ನ ತಮ್ಮ ಘುನ್‌ತ್ಸೋಗ್ ನಾಮ್‌ಗ್ಯಾಲ್‌ನನ್ನು ರಿಂಚೆನ್‌ಗೆ ವಿಷಯ ತಲುಪಿಸಲೆಂದು ಕಳಿಸಿಕೊಡಲಾಯ್ತು. ರಿಂಚೆನ್‌ನನ್ನು ಭೇಟಿ ಮಾಡಿ ವಿಷಯ ಮುಟ್ಟಿಸಿದ ಘುನ್‌ತ್ಸೋಗ್ ಯುದ್ಧ ಭೂಮಿಯನ್ನು, ಶತ್ರು ಪಡೆಯನ್ನು ನೋಡುವ ಇರಾದೆ ವ್ಯಕ್ತ ಪಡಿಸಿದ. ರಿಂಚೆನ್ ತನ್ನ ಪಡೆಯಲ್ಲಿದ್ದ ಕ್ವಾರ್ಟರ್

ಮಾಸ್ಟರ್ ಅಂಗ್ಡ್ಯಾನ್‌ನನ್ನು ಇವನೊಂದಿಗೆ ಕಳಿಸಿದ. ಎಚ್ಚರಿಕೆ ಕೊಡುವುದನ್ನು ಮರೆಯಲಿಲ್ಲ. ಕದನ ಭೂಮಿ ನೋಡಿ ಮರಳುತ್ತಿರುವಾಗ ಶತ್ರುಪಡೆ ಇವರನ್ನು ಗುರುತಿಸಿ ದಾಳಿ ಮಾಡಿತು. ಆಂಗ್ಡ್ಯಾನ್‌ನ ತಲೆ ಒಡೆದು ಹೋಯ್ತು. ಗಾಬರಿಗೊಂಡ ರಿಂಚೆನ್‌ನ ಸಹೋದರ ಓಡುತ್ತ ಬಂದು ನಡೆದದ್ದನ್ನು ಸವಿಸ್ತಾರವಾಗಿ ಹೇಳಿದ. ರಿಂಚೆನ್ ಸುಧಾರಿಸಿಕೊಳ್ಳುವ ವೇಳೆಗೆ ಮತ್ತೊಬ್ಬ ಸೈನಿಕ ಶತ್ರುಗಳ ಗುಂಡಿಗೆ ಬಲಿಯಾದ ಸುದ್ದಿ ಬಂತು. ಎರಡೂ ದೇಹಗಳ ಅಂತ್ಯಸಂಸ್ಕಾರ ಮುಗಿಸಿ ಆತ ಲೆಫ್ಟಿನೆಂಟ್ ಕರ್ನಲ್ ಪ್ರೀತಿಚಂದ್‌ರ ಬಳಿ ತೆರಳಿದ.

ರಿಂಚೆನ್‌ನನ್ನು ನೋಡಲು ಪ್ರೀತಿಚಂದರು ಕಾತರಿಸುತ್ತಿದ್ದರು. ಅವನನ್ನು ಬಿಗಿದಪ್ಪಿದರು. ಸತತ ಎರಡು ತಿಂಗಳುಗಳ ಕಾಲ ಶತ್ರುಗಳೊಂದಿಗೆ ಬಿಟ್ಟೂ ಬಿಡದೆ ಕಾದಾಡಿ ಅವನ ದೇಹ ಬಳಲಿತ್ತು. ಅನುಮಾನವೇ ಇಲ್ಲ. ಚೆನ್ನಾಗಿ ತರಬೇತಿ ಪಡೆದ ಸೈನಿಕನೇ ನಿರಂತರ ಕಾದಾಟದಿಂದ ಸುಸ್ತಾಗಿ ಹೋಗುವಾಗ ಇನ್ನು ಹದಿನೈದು–ಇಪ್ಪತ್ತು ದಿನಗಳ ಕಾಲ ಅವಸರದ ತರಬೇತಿ ಪಡೆದ ಈ ಸೈನಿಕರು ಶಸ್ತ್ರ ಸನ್ನದ್ಧ ಪಾಕೀ ಸೈನಿಕರನ್ನು ವಾರಗಟ್ಟಲೆ ಕಟ್ಟಿ ಹಾಕಿದ್ದು ಜಗತ್ತಿನ ಇತಿಹಾಸದಲ್ಲಿಯೇ ಅಪರೂಪದ ಘಟನೆಯಾಗಿತ್ತು. ಅದಕ್ಕೆ ಮೇಜರ್ ಮಾಥುರ್ ನೇತೃತ್ವದಲ್ಲಿ ಗ್ರೆನೇಡಿಯರ್‌ಗಳ, ಜಮ್ಮು–ಕಾಶ್ಮೀರ ಸೈನಿಕರ ತುಕಡಿಗಳು ಸ್ಕರು ಭಾಗಕ್ಕೆ ಬಂದು ಸೇರಿಕೊಂಡವು. ಅವರಿಗೆ ಶತ್ರು ಸೈನಿಕರ ಬಲಾಬಲದ ಬಗ್ಗೆ ವಿವರಿಸಿ ಅವರ ಠಾಣ್ಯಗಳ ಕುರಿತಂತೆ, ತಮ್ಮ ಸೈನಿಕರು ಹರಡಿಕೊಂಡಿರುವ ವ್ಯವಸ್ಥೆಗಳ ಕುರಿತಂತೆ ವಿವರಿಸಿ ಬರುವ ಹೊಣೆಗಾರಿಕೆ ರಿಂಚೆನ್‌ನ ಮೇಲಿತ್ತು. ಅದನ್ನು ಮುಗಿಸಿ ಆತ ಬೇಗ ತಾರ್ಶೆಯಿಂದ ಡೆಸ್ಕಿಟ್‌ಗೆ ಹೊರಡಬೇಕೆಂಬ ಸೂಚನೆ ಕೊಟ್ಟರು ಪ್ರೀತಿಚಂದ್.

ರಿಂಚೆನ್‌ನ ಸಾಧನೆಯನ್ನು ಗುರುತಿಸಿ ಯುದ್ಧದ ನಡುವೆಯೇ ಅವನನ್ನು ಸೈನ್ಯಕ್ಕೆ ಸೇರಿಸಿಕೊಂಡು ಅಧಿಕಾರಿ ವರ್ಗದ ಹುದ್ದೆಗೆ ಆಯ್ಕೆ ಮಾಡಲಾಯಿತು. 1948ರ ಆಗಸ್ಟ್ 25 ರಿಂಚೆನ್ ಪಾಲಿಗೆ ಅತ್ಯಂತ ಮಹತ್ವದ ದಿನವಾಯ್ತು. ಚಿಕ್ಕಂದಿನಲ್ಲಿ ಸೈನಿಕರ ಸಮವಸ್ತ್ರವನ್ನು ನೋಡಿ ರೋಮಾಂಚಿತನಾಗುತ್ತಿದ್ದ ಚೆವಾಂಗ್ ರಿಂಚೆನ್ ಅದೇ ಸಮವಸ್ತ್ರ ಧರಿಸಿ ಹೆಮ್ಮೆಯಿಂದ ಓಡಾಡುವ

ಅವಕಾಶವನ್ನು ತನ್ನದಾಗಿಸಿಕೊಂಡಿದ್ದ. ಎಲ್ಲರೂ ಮೊದಲು ಸಮವಸ್ತ್ರ ಧರಿಸಿ ಆಮೇಲೆ ಯುದ್ಧ ಗೆದ್ದರೆ ರಿಂಚೆನ್ ಮೊದಲು ಯುದ್ಧದಲ್ಲಿ ತನ್ನ ಸಾಮರ್ಥ್ಯ ತೋರಿಸಿ ಆನಂತರ ಸಮವಸ್ತ್ರ ಧರಿಸಿದ. ಬಹುಶಃ ಅರ್ಹತೆಯನ್ನು ಸಾಬೀತುಪಡಿಸಿ ಸೈನ್ಯಕ್ಕೆ ಸೇರಿಕೊಂಡ ಜಗತ್ತಿನ ಏಕೈಕ ಸೇನಾನಿ ಇರಬೇಕು!

ಅಧ್ಯಾಯ 5

ಸ್ವಾಭಿಮಾನದ ತರುಣ 'ಮಹಾವೀರ'ನಾದ

ಹದಿನೆಂಟು ವರ್ಷಕ್ಕಿಂತ ಕೆಳಗಿನ ವ್ಯಕ್ತಿಯನ್ನು ಕೆಲಸಕ್ಕೆ ನೇಮಿಸಿಕೊಂಡರೆ ಬಾಲಕಾರ್ಮಿಕ ಅಂತ ಕಾನೂನು ಕರೆಯುತ್ತೆ. ಆದರೆ ಚೆವಾಂಗ್ ರಿಂಚೆನ್ ರಣರಂಗದಲ್ಲಿ ಶತ್ರುಗಳ ವಿರುದ್ಧ ಸಾಹಸಿಯಾಗಿ ಕಾದಾಡುತ್ತಿದ್ದಾಗ ಅವನಿಗೆ 17 ದಾಟಿತ್ತು ಮಾತ್ರ. ಈಗ ಕದನ ಭೂಮಿಯಲ್ಲೇ ಸೈನ್ಯಕ್ಕೆ ಅವನನ್ನು ಸೇರಿಸಿಕೊಳ್ಳುವ ಆದೇಶ ಹೊರಟಾಗ ಹದಿನೆಂಟು ಆಗಿರಲಿಲ್ಲ. ಇನ್ನೂ ಅಚ್ಚರಿಯ ಸಂಗತಿಯೇನು ಗೊತ್ತೇ? ಸೈನ್ಯಕ್ಕೆ ಕಮೀಶನ್ಡ್ ಆಫಿಸರ್ ಆಗಿ ಸೇರಿಸಿಕೊಳ್ಳಬೇಕೆಂಬ ಆದೇಶ ಹೊರಟ ಮೇಲೆ ಗೊತ್ತಾಯ್ತು ರಿಂಚೆನ್ ಇನ್ನೂ ಹತ್ತನೇ ತರಗತಿಯನ್ನೂ ದಾಟಿಲ್ಲ ಅಂತ. ಆದೇಶವನ್ನು ಹಿಂಪಡೆದು 'ಜೂನಿಯರ್ ಕಮಿಶನ್ಡ್ ಆಫಿಸರ್' ಆಗಿ ನೇಮಕ ಮಾಡಿಕೊಂಡು ಭಾರತೀಯ ಸೇನೆಯಲ್ಲಿ ಜಮಾದಾರ್ ಆಗಿ ಭರ್ತಿ ಮಾಡಿಕೊಳ್ಳಲಾಯ್ತು. ತುರ್ತು ಸಂದರ್ಭದ ಭರ್ತಿಯಾದ್ದರಿಂದ ಗ್ರೆನೇಡಿಯರ್‌ಗಳ ಪಡೆಯ ಜೆಸಿಓ ಒಬ್ಬನ ಸಮವಸ್ತ್ರವನ್ನು ಎರವಲು ಪಡೆದು ಅದನ್ನೇ ರಿಂಚೆನ್‌ಗೆ ನೀಡಿ ಸೈನ್ಯಕ್ಕೆ ಸ್ವಾಗತಿಸಲಾಯಿತು. ಜಗತ್ತಿನ ವಿಚಾರ ಗೊತ್ತಿಲ್ಲ. ಭಾರತದಲ್ಲಂತೂ ನೇರವಾಗಿ ಜಮಾದಾರ್‌ನಾಗಿ ಭಾರತೀಯ ಸೇನೆಗೆ ಭರ್ತಿಯಾದದ್ದು ಮೊಟ್ಟ ಮೊದಲನೆಯ ಘಟನೆ. ಅದೂ ಆ ವಯಸ್ಸಿನಲ್ಲಂತೂ ಅಸಾಧ್ಯವೇ ಸರಿ!

ಅಲ್ಲಿಂದಾಚೆಗೆ ರಿಂಚೆನ್ನ ಜವಾಬ್ದಾರಿ ಮತ್ತಷ್ಟು ಹೆಚ್ಚಿತು. ನುಬ್ರಾಗಾರ್ಡ್ಸ್‌ನ ಒಂದಿಡೀ ಕಂಪನಿಯನ್ನು ಕಟ್ಟಿ ನಿಲ್ಲಿಸುವ ಹೊಣೆಗಾರಿಕೆ ಅವನ ಹೆಗಲೇರಿತು. ಅದರಲ್ಲಿ ಐವತ್ತು ಜನರ ಪ್ರತ್ಯೇಕ ತಂಡ ರಚಿಸಿ ಅವರಿಗೆ ಗೆರಿಲ್ಲಾ ಮಾದರಿಯ ಯುದ್ಧ ತರಬೇತಿ ನೀಡಿಸಬೇಕೆಂದು ನಿಶ್ಚಯಿಸಿತು ಸೇನೆ. ಈ ಸೈನಿಕರು ಎತ್ತರದ ಗುಡ್ಡಗಳನ್ನು ಹತ್ತುತ್ತ, ಅವಶ್ಯಕತೆ ಬಿದ್ದರೆ ಮಂಜಿನಲ್ಲಿಯೇ ಮಲಗಿ ಸುಪರ್‌ಮ್ಯಾನ್‌ಗಳಂತೆ ಶತ್ರುಪಡೆಗಳೊಂದಿಗೆ ಕಾದಾಡುವಂತವರಾಗಿರಬೇಕು. ಹಾಗೆಂದೇ ಅವರನ್ನು ರೂಪಿಸಲು ಪ್ರಯತ್ನಿಸಲಾಗಿತ್ತು. ಇಂಥವರನ್ನು ಹುಡುಕಿ ಆಯ್ದುಕೊಂಡ ರಿಂಚೆನ್ ಗೂರ್ಖಾಗಳ ಬೆಂಬಲದೊಂದಿಗೆ ಅವರಿಗೆ ಎಲ್.ಎಂ.ಜಿ ಮೋಟಾರುಗಳನ್ನಲ್ಲದೇ ಎಲ್ಲ ಬಗೆಯ ಗ್ರೆನೇಡುಗಳನ್ನು ಬಳಸುವುದು ಕಲಿಸಿಕೊಟ್ಟ. ತರಬೇತಿ ಮುಗಿಯುತ್ತಿದ್ದಂತೆ ಈ ತಂಡವನ್ನು ಮುನ್ನಡೆಸುವ ಹೊಣೆಗಾರಿಕೆ ತಾನೇ ಹೊತ್ತು ಪಾಕೀ ಠಾಣ್ಯಗಳನ್ನು ಗುರುತಿಸಲಾರಂಭಿಸಿದ.

ಹೊಸದಾಗಿ ತರಬೇತಾದ ಈ ತಂಡಕ್ಕೆ ದಕ್ಕಿದ ಮೊದಲ ಹೊಣೆಗಾರಿಕೆ ಲಾಮಾ ಹೌಸ್ ವಶಪಡಿಸಿಕೊಳ್ಳುವುದು. ಶ್ಯೋಕ್‌ನದಿಯ ಆ ದಡದಲ್ಲಿದ್ದ ಮನೆಯನ್ನು ನುಗ್ಗಿ ಕುಳಿತ ಶತ್ರುಗಳು ಅಲ್ಲಿಂದಲೇ ತಮ್ಮೆಲ್ಲ ಆಕ್ರಮಣಗಳನ್ನು ನಿರ್ಧರಿಸುತ್ತಿದ್ದರು. ಸುಮಾರು ನಾಲ್ಕೂವರೆ ಸಾವಿರ ಮೀಟರ್ ಎತ್ತರದಲ್ಲಿದ್ದ ಈ ಮನೆಯನ್ನು ವಶಪಡಿಸಿಕೊಳ್ಳುವುದು ಭಾರತೀಯರಿಗೆ ಅಸಾಧ್ಯವೆಂದು ಅವರು ಭಾವಿಸಿ ಮೈಮರೆತು ಕುಳಿತುಬಿಟ್ಟಿದ್ದರು. ರಿಂಚೆನ್ ಈಗ ಮಹತ್ವದ ಹೊಣೆಹೊತ್ತು ಹೊರಟಿದ್ದ. ಕೆಲಸ ಸುಲಭವಾಗಿರಲಿಲ್ಲ. ಕಡಿದಾದ ಬೆಟ್ಟ, ದಾರಿಯೂ ಇರಲಿಲ್ಲ. ಹವಾಮಾನ ವಿಪರೀತವಾಗಿತ್ತು. ಶತ್ರುಗಳ ಸಂಖ್ಯೆಯ ಅಂದಾಜೂ ಇರಲಿಲ್ಲ. ರಿಂಚೆನ್ ಕೈಬಿಡುವ ಪ್ರಶ್ನೆಯೂ ಇಲ್ಲವಲ್ಲ. ಅನೇಕ ದಿನಗಳ ನಡಿಗೆಯ ನಂತರ ಸ್ಕುರುವಿನಿಂದ ಡೆಸ್ಕಿಟ್‌ಗೆ ತಲುಪಿತು ಪಡೆ. ಅಲ್ಲಿಂದ ಶ್ಯೋಕ್‌ನದಿಯ ದಡದಗುಂಟ ನಡೆಯುತ್ತ ಕುಬೆಟ್ ಸೇತುವೆ ತಲುಪಿದರು. ಶತ್ರುಗಳಿಗೆ ಸುಳಿವೇ ಹತ್ತದಂತೆ ಸೇತುವೆ ದಾಟಿ ಚಕ್ರಿ ಚುಬಾಬ್‌ನಲ್ಲಾಕ್ಕೆ ಬಂದು ಅಲ್ಲಿ ತಮ್ಮ ಠಾಣ್ಯ ಸ್ಥಾಪಿಸಿದರು.

ಮರುದಿನ ಬೆಳಿಗ್ಗೆ ಅಲ್ಲಿಂದ ಗುಡ್ಡ ಹತ್ತಲಾರಂಭಿಸಿದರು. ಸಂಜೆಯ ವೇಳೆಗೆ ನಾಲ್ಕೂವರೆ ಸಾವಿರ ಮೀಟರ್ ಎತ್ತರದ ಗುರಿತಲುಪಿ ವಿಶ್ರಾಂತಿ

ಪಡೆದರು. ಮರುದಿನ ಐದು ಸಾವಿರ ಮೀಟರ್ ಎತ್ತರದವರೆಗೂ ಹೋಗಿ ಅಲ್ಲಿ ಪಾಕೀ ಠಾಣ್ಯಗಳು ಕಣ್ಣಿಗೆ ಕಾಣುವಂತೆ ನಿಂತುಕೊಂಡರು. ಮಧ್ಯಾಹ್ನ ಊಟ ಮುಗಿಸಿ ಹಾಕಿಕೊಂಡಿದ್ದ ಉದ್ದನೆಯ ಗೌನು ತೆಗೆದು ಹಿಮದ ಪ್ರಾಣಿಗಳಂತೆ ತೆವಳಲಾರಂಭಿಸಿದರು. ಪಾಕಿಸ್ತಾನದ ಠಾಣ್ಯಕ್ಕೆ ಅರ್ಧ ಕಿಲೋಮೀಟರ್‌ಗಿಂತಲೂ ಕಡಿಮೆ ದೂರದಲ್ಲಿದ್ದಾಗ ರಿಂಚೆನ್ ತನ್ನ ಪಡೆಯನ್ನು ನಿಲ್ಲಿಸಿಕೊಂಡ. ದೂರದರ್ಶಕದ ಮೂಲಕ ಶತ್ರುಗಳ ತಯಾರಿಯನ್ನು ಅಂದಾಜು ಮಾಡತೊಡಗಿದ. ಅಲ್ಲಿ ಇಡಿಯ ಪ್ಲಟೂನು ಇತ್ತು. ಇವರ ಬಳಿಯಾದರೋ 25 ಜನರ ಗುಂಪು! ತಮ್ಮ ಠಾಣ್ಯದ ಸುತ್ತಲೂ ಬಲವಾದ ಗೋಡೆ ಕಟ್ಟುವಲ್ಲಿ ಅನೇಕರು ಶ್ರಮವಹಿಸುತ್ತಿದ್ದರು. ಅಲ್ಲಿಯವರೆಗೂ ಹೋಗಿ ಕಾದಾಡುವುದು ಬಲು ಕಷ್ಟವೇ ಆಗಿತ್ತು.

ರಿಂಚೆನ್ ಡೇರೆಗೆ ಮರಳಿ ಆಕ್ರಮಣದ ರೂಪುರೇಷೆ ಮುಂದಿಟ್ಟ. ತನ್ನ ತಂಡವನ್ನು ಮೂರು ಭಾಗಗಳಾಗಿ ವಿಂಗಡಿಸಿದ. ಒಂದು ವಿಭಾಗ ಬಲಗಡೆಯಿಂದ ಆಕ್ರಮಣ ಮಾಡುವ ಮತ್ತೊಂದು ವಿಭಾಗಕ್ಕೆ ರಕ್ಷಣೆ ಕೊಡಬೇಕು. ಮೂರನೇ ವಿಭಾಗ ರಿಂಚೆನ್‌ನ ನೇತೃತ್ವದಲ್ಲಿ ಎಡಗಡೆಯಿಂದ ಆಕ್ರಮಣಕ್ಕೆ ಸಿದ್ಧವಾಗಬೇಕು. ರಾತ್ರಿಯೇ ಆಕ್ರಮಣ ಮಾಡಿ ಮುಗಿಸಬೇಕೆಂದು ನಿಶ್ಚಯವಾಗಿತ್ತು. ಆದರೆ ಮಂಜಿನಿಂದಾವೃತವಾದ ಆ ಬೆಟ್ಟ ಅದೆಷ್ಟು ಜಾರುವಂತಿತ್ತೆಂದರೆ ಅನೇಕ ಭಾಗಗಳಲ್ಲಿ ಹಗ್ಗ ಹಿಡಿದು ಇಳಿಯಬೇಕಾದ

ಸ್ಥಿತಿ ನಿರ್ಮಾಣವಾಗಿತ್ತು. ಬೆಳಗಿನ ಜಾವ ಮೂರು ಗಂಟೆಗೆ ಶತ್ರು ಠಾಣ್ಯದೆದುರಿಗೆ ಬಂದು ನಿಂತರು. ಎಲ್ಲಾ ದಿಕ್ಕಿನಿಂದಲೂ ಆಗಮಿಸಿದ ಸೈನಿಕರು ಮುಂದಿನ ಕದನಕ್ಕೆ ಅಣಿಯಾಗುತ್ತಿರುವಂತೆ ಪಾಕೀ ಠಾಣ್ಯವನ್ನು ಕಾಯುತ್ತಿದ್ದ ಸೈನಿಕನೊಬ್ಬ ಇವರನ್ನು ನೋಡಿ ಗುಂಡಿನ ಸುರಿಮಳೆ ಶುರುಮಾಡಿದ.

ಉಳಿದ ಶತ್ರು ಸೈನಿಕರು ಎಚ್ಚೆತ್ತುಕೊಳ್ಳುವ ಮುನ್ನವೇ ರಿಂಚೆನ್ ಬಂಕರ್‌ನೊಳಕ್ಕೆ ಗ್ರೆನೇಡನ್ನೆಸೆದು ಬಾಯೊನೆಟ್ಟಿನಿಂದ ಸೈನಿಕರನ್ನು ತಿವಿದು ಅವರ ಸದ್ದಡಗಿಸಿದ. ಈ ಅಚಾನಕ್ಕು ಆಕ್ರಮಣಕ್ಕೆ ಸಿಕ್ಕು ತರಗೆಲೆಯಂತಾದ ಶತ್ರು ಸೈನಿಕರ ದೊಡ್ಡಪಡೆ ನಾಶವಾಯ್ತು. ಉಳಿದವರು ಸಾವಿಗೆ ಹೆದರಿ, ಪ್ರತಿರೋಧವನ್ನು ತೋರದೇ ರಾತ್ರಿಯುಡುಗೆಯಲ್ಲಿಯೇ ಓಡಿಹೋದರು. ಗಿಲ್ಗಿಟ್ ಸ್ಕೌಟ್ಸ್‌ನ ಪ್ಲಟೂನ್ ಕಮಾಂಡರ್ ಸಾರ್ಜೆಂಟ್ ಮೇಜರ್ ಮೋಟಾ ಹಸನ್ ತೀರಿಕೊಂಡಿದ್ದ. ಹೆಸರಿಗೆ ತಕ್ಕಂತೆ 250 ಪೌಂಡುಗಳ ತೂಕವಿದ್ದ. ಆತನ ಸಾವು ಪಾಕಿಸ್ತಾನಿಯರ ಪಾಲಿಗೆ ಆಘಾತವೇ ಆಗಿತ್ತು. ಒಂದು ಸ್ವಯಂಚಾಲಿತ ಗನ್ನು, ಹದಿಮೂರು ರೈಫಲ್ಲುಗಳು ಭಾರತೀಯರ ವಶವಾದವು. ಮುಂದೆ ಭಾರತೀಯರ ಪಡೆ ಈ ಠಾಣ್ಯಕ್ಕೆ ಬಂದು ಬೀಡುಬಿಟ್ಟ ಮೇಲೆ ರಿಂಚೆನ್‌ನ ಬಳಗ ಮರಳಿ ಬಂತು.

ಅತ್ತ ರಿಂಚೆನ್ ತನ್ನ ಸೈನಿಕ ಪಡೆಯ ಮೂಲಕ ಸಾಹಸದ ಪ್ರದರ್ಶನ ಮಾಡಿ ಪಾಕಿಸ್ತಾನೀ ಠಾಣ್ಯ ಕಸಿದು ಬಂದರೆ ಇತ್ತ ಆತ ಉಳಿಸಿಕೊಟ್ಟಿದ್ದ ಸ್ಕುರುವಿನ ಭಾಗವನ್ನು ಭಾರತೀಯ ಪಡೆ ಉಳಿಸಿಕೊಳ್ಳಲಾಗದೇ ಪಾಕಿಸ್ತಾನಿಯರು ಕಸಿದುಕೊಂಡುಬಿಟ್ಟಿದ್ದರು. ವರ್ಷಗಟ್ಟಲೆ ಕವಾಯತು ನಡೆಸಿದ ಸಶಸ್ತ್ರ ಸೇನೆಗಿಂತ ಹದಿನೈದು ದಿನಗಳ ತರಬೇತಿಯ 'ನುಬ್ರಾಗಾರ್ಡ್ಸ್' ಲದಾಖಿನ ಹೋರಾಟದಲ್ಲಿ ಸಮರ್ಥವೆನ್ನುವುದು ಈಗ ಸಾಬೀತಾಗಿಹೋಗಿತ್ತು. ಒಳ ನುಗ್ಗಿದ ಪಾಕೀ ಪಡೆ ಗ್ರೆನೇಡಿಯರ್‌ಗಳ ತಂಡದ ಮೇಲೆ ಮಾರಣಾಂತಿಕ ಹಲ್ಲೆ ನಡೆಸಿ ಅನೇಕರನ್ನು ಕೊಂದು ಸಾಕಷ್ಟು ಶಸ್ತ್ರಾಸ್ತ್ರಗಳನ್ನು ವಶಪಡಿಸಿಕೊಂಡಿತ್ತು. ಅನುಭವವೇ ಇಲ್ಲದ ರಿಂಚೆನ್‌ನ ಬಳಗ ಯಾರನ್ನು ಒಳಬರದಂತೆ ಎರಡು ತಿಂಗಳ ಕಾಲ ತಡೆದಿದ್ದರೋ ಅದೇ ಪಾಕೀ ಸೇನೆ ರಿಂಚೆನ್ ಇತ್ತ ಬಂದೊಡನೆ ಒಳನುಗ್ಗಿ ಬಂದುಬಿಟ್ಟಿತ್ತು! ಭಾರತೀಯ ಪಡೆ 15 ಕಿಲೋಮೀಟರ್‌ಗಳಷ್ಟು ಹಿಂದೆ ಸರಿದುಬಿಟ್ಟಿತ್ತು. ನುಬ್ರಾ ಕಣಿವೆಯ ಹೋರಾಟದ ನೇತೃತ್ವವನ್ನು ಈಗ ಮೇಜರ್ ಭೋಲಿಸ್ಸೆಯವರಿಗೆ

ವಹಿಸಿಕೊಡಲಾಗಿತ್ತು. ಮತ್ತೆ ಕದನ ತೀವ್ರರೂಪ ಪಡೆದು ಆ ಭಾಗದ ಅನೇಕ ಗುಡ್ಡಗಳನ್ನು ವಶಪಡಿಸಿಕೊಳ್ಳುವಲ್ಲಿ ಅವರು ಯಶಸ್ವಿಯಾದರು.

ಈ ಹೊತ್ತಿನಲ್ಲಿ ಅಲ್ಲಿಗೆ ಬಂದ ಕರ್ನಲ್ ಹೆಚ್.ಎಸ್.ಪರಬ್ ತಲೆಗೆ ವಿಚಿತ್ರವಾದ ಯೋಚನೆಯೊಂದು ಬಂತು. ಕೈಲಿ ಭರ್ಜಿ, ಈಟಿ, ಬಿಲ್ಲು-ಬಾಣಗಳನ್ನು ಹಿಡಿದ ಮುನ್ನೂರು ಸ್ವಯಂಸೇವಕರನ್ನು ತಯಾರು ಮಾಡಿ ಅವರಿಗೆ ಸ್ಥಳೀಯ ಮಧ್ಯ ಕುಡಿಸಿ ಸೂರ್ಯನ ಮೊದಲ ಕಿರಣದೊಂದಿಗೆ ಶತ್ರು ಠಾಣ್ಯದತ್ತ ಕಳಿಸುವುದು. ಮತ್ತು ಕುಡಿತದ ಅಮಲಿನಲ್ಲಿಯೇ ಅವರು ಶತ್ರುಗಳ ಮೇಲೆ ಮುಗಿಬಿದ್ದು ಅವರಿಗೆ ಸಾಕಷ್ಟು ನಷ್ಟವುಂಟಾಗುವಂತೆ ಮಾಡಿ ಮರಳಿ ಬಿಡುವುದು. ಕುಡಿತದ ಅಮಲಿನಲ್ಲಿರುವವರಿಗೆ ತಮ್ಮ ಠಾಣ್ಯ ಮತ್ತು ಪಾಕೀ ಠಾಣ್ಯಗಳ ನಡುವಿನ ಭೇದವೇ ಗೊತ್ತಾಗದೆಂಬುದು ಅವರಿಗೆ ಅದೇಕೆ ಹೊಳೆಯಲಿಲ್ಲವೋ ದೇವರೇ ಬಲ್ಲ. ಇಡಿಯ ಯೋಜನೆ ತಲೆಕೆಳಗಾಗಿ ಮುಖಭಂಗ ಅನುಭವಿಸುವಂತಾಯ್ತು. ಆಗ ಮತ್ತೆ ಕರ್ನಲ್ ಪರಬ್‌ರಿಗೆ ರಿಂಚೆನ್ ನೆನಪಾಯ್ತು. ತಮ್ಮ ಡೇರೆಗೆ ಅವನನ್ನು ಕರೆಸಿಕೊಂಡರು. ಅವನ ಧೈರ್ಯ, ಸ್ಥೈರ್ಯಗಳ ಗುಣಗಾನ ಮಾಡಿ ಪಾಕೀ ಠಾಣ್ಯದಿಂದ ಮೆಷಿನ್‌ಗನ್ ಒಂದನ್ನು ಎತ್ತಿಕೊಂಡು ಬರುವಂತೆ ಸವಾಲೆಸೆದರು!

ಸವಾಲುಗಳಿಗೆ ಸದಾ ಸಿದ್ಧವಿದ್ದ ರಿಂಚೆನ್ ಅಸ್ತ್ರ-ಶಸ್ತ್ರಗಳಿಂದ ಸಜ್ಜಿತವಾಗಿ ಜೊತೆಗಿಬ್ಬರನ್ನು ಕರಕೊಂಡು ಪಾಕೀ ಠಾಣ್ಯದೆಡೆಗೆ ಹೊರಟ. ರಾತ್ರಿಯ ವೇಳೆಯಲ್ಲಿಯೇ ಗುಡ್ಡ ಹತ್ತಿ ತೆವಳಿಕೊಂಡು ಶತ್ರು ಠಾಣ್ಯದೆದುರಿಗೆ ಹೋಗುವಾಗಲೇ ಇವರನ್ನು ಗುರುತಿಸಿದ ಕಾವಲುಗಾರ ಜೋರಾಗಿ ಕೂಗಿಕೊಂಡ. ರಿಂಚೆನ್ ದಾಳಿ ಮಾಡುವ ಪ್ರಯತ್ನ ವ್ಯರ್ಥವಾಯಿತು. ಅತ್ತಲಿಂದ ಗುಂಡಿನ ದಾಳಿಯಾಗಲಾರಂಭಿಸಿತು. ರಿಂಚೆನ್ ಮತ್ತು ಅವನ ಮಿತ್ರರು ಬಂಡೆಗಳ ಸಂದಿಯಿಂದ ನುಸುಳಿಕೊಂಡು ಪರಾರಿಯಾಗಿ ಮತ್ತೆ ನಮ್ಮ ಪಡೆಯನ್ನು ಕೂಡಿಕೊಂಡರು. ಹಿರಿಯ ಅಧಿಕಾರಿ ಎಸೆದ ಒಂದು ಸವಾಲು ಪೂರ್ಣ ಮಾಡಲಾಗದ ನೋವು ರಿಂಚೆನ್‌ಗೆ ಖಂಡಿತ ಇತ್ತು.

ಸರಿಸುಮಾರು ಈ ಹೊತ್ತಲ್ಲಿಯೇ ಒಂದು ಅಹಿತಕರ ಘಟನೆ ನಡೆಯಿತು. ತನ್ನ ಓಡಾಟಕ್ಕೆ ಆತ ಬಳಸುತ್ತಿದ್ದ ಹಿಮದ ಕತ್ತೆ 'ಪೋನಿ'ಯನ್ನು ಮೇಜರ್ ಸಿಧು ತನಗೊಪ್ಪಿಸುವಂತೆ ಕೇಳಿಕೊಂಡರು. ಆ ಪೋನಿಯೊಂದಿಗೆ ವಿಶೇಷ

ಬಾಂಧವ್ಯ ಹೊಂದಿದ್ದ ರಿಂಚೆನ್ ಕೊಡಲಾರೆನೆಂದು ಸ್ಪಷ್ಟವಾಗಿ ಹೇಳಿದ. ಕುಪಿತ ಮೇಜರ್ ಕಣ್ಣು ಕೆಂಪಗೆ ಮಾಡಿಕೊಂಡು 'ಇದನ್ನೇನು ಮಾವನ ಮನೆ ಎಂದು ಕೊಂಡಿರುವೆಯೇನು? ನಿನ್ನನ್ನು ಈಗಲೇ ಕೆಲಸದಿಂದ ಕಿತ್ತು ಬಿಸಾಡುವೆ' ಎಂದುಬಿಟ್ಟರು. ರಿಂಚೆನ್‌ನ ಆತ್ಮಾಭಿಮಾನಕ್ಕೆ ಇದು ಬಲು ದೊಡ್ಡ ಆಘಾತ. 'ತೆಗೆದುಬಿಡಿ ನೋಡೋಣ' ಎಂದವನೇ ಸ್ಟೆನ್‌ಗನ್‌ನನ್ನು ಸಿಥು ಎದುರಿಗೆ ಎಸೆದು ನಡೆದೇಬಿಟ್ಟ. ಇಷ್ಟಕ್ಕೂ ಅವನು ಸೈನ್ಯದ ಕೆಲಸದಾಸೆಯಿಂದ ಬಂದು ಸೇರಿಕೊಂಡವನಲ್ಲ. ಮಾತೃಭೂಮಿಯ ರಕ್ಷಣೆಗಾಗಿ ಅವನ ಮನಸಿನಲ್ಲಿ ಜಗ್ಗದ ತುಡಿತವಿತ್ತು. ಅದಕ್ಕಾಗಿ ಹಗಲು ಇರುಳು ಶ್ರಮಿಸಿದ್ದ. ಹಾಗೆ ನೋಡಿದರೆ ದೇಶಸೇವೆ ಅವನಿಗೆ ಕೊಟ್ಟಿದ್ದೇನೂ ಇರಲಿಲ್ಲ. ಅವನೇ ಸರ್ವಸ್ವವನ್ನು ಸಮರ್ಪಿಸಿ ಶತ್ರುಗಳೆದುರು ಗರ್ಜಿಸುತ್ತ ನಿಂತಿದ್ದ. ಮೈಮೇಲೆ ಹಾಕಿಕೊಳ್ಳಲು ಸೈನ್ಯದ ಅಧಿಕೃತ ಸಮವಸ್ತ್ರವನ್ನೂ ಅವನಿಗೆ ಕೊಟ್ಟಿರಲಿಲ್ಲ. ಉದ್ದನೆಯ ಗೌನು, ವುಲ್ಲನ್ನು ಟೋಪಿ ಮತ್ತು ಲದಾಖಿ ಶೂ ಇವಿಷ್ಟು ಅವನವೇ. ಹೆಗಲ ಮೇಲೆ ನೇತುಬಿಟ್ಟ ಸ್ವಯಂ ಚಾಲಿತಗನ್ನು, ಸೊಂಟದ ಬೆಲ್ಟಿಗೆ ತೂಗು ಹಾಕಿಕೊಂಡಿದ್ದ ಎರಡು ಗ್ರೆನೇಡುಗಳು ಮಾತ್ರ ಸೇನೆಯದ್ದು. ಗ್ರೆನೇಡುಗಳನ್ನು ಅವನು ಶತ್ರುಗಳಿಗಾಗಿ ಬಳಸುತ್ತಿದ್ದನೇ ಹೊರತು ಸ್ವಂತಕ್ಕಲ್ಲ. ಹೀಗಿರುವಾಗ ರಿಂಚೆನ್ ಕಳಕೊಳ್ಳುವುದು ಏನೂ ಇರಲಿಲ್ಲ. ಆತ ಸೀದಾ ತನ್ನೂರಿಗೆ ಹೊರಟ. ಸೇನೆಯಿಂದ ಆತನಿಗೆ ಮಹತ್ವದ್ದೇನೂ ಆಗಬೇಕಿರಲಿಲ್ಲ. ಆದರೆ ತನ್ನ ಜನರ ರಕ್ಷಣೆಗಾಗಿ ಇನ್ನೊಂದಷ್ಟು ದಿನ ಆತ ಅಲ್ಲಿರಬೇಕಿತ್ತು. ಹೃದಯ ಭಾರವಾಗಿತ್ತು!

ಸುದ್ದಿ ಮುಖ್ಯಾಲಯಕ್ಕೆ ಮುಟ್ಟಿತು. ಕರ್ನಲ್ ಜಿ.ಎಸ್.ಪರಬ್ ಲೇಹ್‌ಗೆ ಬಂದು ಭೇಟಿ ಮಾಡುವಂತೆ ತುರ್ತು ಸಂದೇಶ ಕಳಿಸಿದರು. ಅವರನ್ನು ಭೇಟಿ ಮಾಡುವ ಮುನ್ನ ಲೆಫ್ಟಿನೆಂಟ್ ಕರ್ನಲ್ ಪ್ರೀತಿಚಂದ್‌ರ ಬಳಿ ಸಾರಿದ ರಿಂಚೆನ್ ನಡೆದದ್ದೆಲ್ಲವನ್ನು ಎಳೆ ಎಳೆಯಾಗಿ ಬಿಡಿಸಿಟ್ಟ. ರಿಂಚೆನ್‌ನ ಅವಶ್ಯಕತೆ ಸೇನೆಗೆ ಎಷ್ಟರಮಟ್ಟಿಗಿತ್ತೆಂಬುದು ಪ್ರೀತಿಚಂದ್‌ರಿಗೆ ಚೆನ್ನಾಗಿ ಗೊತ್ತಿತ್ತು. ಅವನೊಂದಿಗೆ ಹಿರಿಯ ಅಧಿಕಾರಿಗಳು ನಡೆದುಕೊಂಡಿರಬಹುದಾದ ರೀತಿ ಅವನ ಸಮವಸ್ತ್ರ ನೋಡಿದರೆ ಅರಿವಾಗುತ್ತಿತ್ತು. ತಕ್ಷಣ ಪ್ರೀತಿಚಂದರು ಅವನಿಗೆ ಸೂಕ್ತ ಸಮವಸ್ತ್ರ ಕೊಡುವಂತೆ ಕ್ವಾರ್ಟರ್ ಮಾಸ್ಟರ್‌ಗೆ ಆದೇಶಿಸಿದರು. ಮುಂದಿನ ಎರಡು ದಿನದಲ್ಲಿ ಮತ್ತೆ ಸೇನೆಗೆ ಮರಳುವ ಆದೇಶ ಬಂತಲ್ಲದೇ

ನುಬ್ರಾಗಾರ್ಡ್ಸ್‌ನ್ನು ಮತ್ತು ಗೇರಿಲ್ಲಾ ಪಡೆಯನ್ನು ಮುನ್ನಡೆಸುವ ಹೊಣೆಗಾರಿಕೆ ಮತ್ತೆ ಅವನ ಹೆಗಲೇರಿತು. ರಿಂಚೆನ್ ಹಳೆಯದನ್ನು ಮರೆತು ಮೇಜರ್ ಸಿಧು ಅವರ ಕೈ ಕುಲುಕಿದ. ಮುಂದಿನ ಆದೇಶಗಳಿಗಾಗಿ ಅವರೆದುರು ನಿಂತ ರಿಂಚೆನ್.

ಪರಿಸ್ಥಿತಿ ನಿಧಾನವಾಗಿ ಹಿಡಿತಕ್ಕೆ ಬರುತ್ತಿತ್ತು. 1948ರ ನವೆಂಬರ್ ವೇಳೆಗೆ ಭಾರತೀಯ ಸೇನೆ ಜ್ಹೋಜ್ಹಿಲಾ ಪಾಸ್ ವಶಪಡಿಸಿಕೊಂಡು ಕಾರ್ಗಿಲ್‌ನತ್ತ ಮುನ್ನುಗ್ಗಲಾರಂಭಿಸಿತ್ತು. ನುಬ್ರಾ ಕಣಿವೆಯಲ್ಲಿ ಬೀಡುಬಿಟ್ಟಿದ್ದ ಪಾಕಿಸ್ತಾನಿಯರಿಗೆ ಇದು ನುಂಗಲಾರದ ತುತ್ತಾಗಿತ್ತು. ಎರಡು ತಿಂಗಳು ಅವರನ್ನು ರಿಂಚೆನ್ ಪಡೆ ಅಡ್ಡಗಟ್ಟದೇ ಹೋಗಿದ್ದರೆ ಈಗಾಗಲೇ ಅವರು ಲೇಹ್ ವಶಪಡಿಸಿಕೊಂಡು ಭಾರತೀಯ ಪಡೆಗೆ ಸವಾಲಾಗಿಬಿಟ್ಟಿರುತ್ತಿದ್ದರು. ಆದರೀಗ ಭಾರತೀಯ ಸೇನೆ ಎಲ್ಲಾ ದಿಕ್ಕುಗಳಿಂದಲೂ ಶತ್ರುಗಳಿಗೆ ಹೊಡೆತ ಕೊಡುತ್ತಿತ್ತು. ತಮ್ಮ ಠಾಣ್ಯಗಳನ್ನು ಬಿಟ್ಟು ಓಡಿ ಹೋಗುತ್ತಿದ್ದ ಪಾಕೀ ಸೈನಿಕರಿಗೆ ಮೇಜರ್ ಸಿಧು ತಂಡ ಸೂಕ್ತವಾಗಿ ಪ್ರತಿಕ್ರಿಯೆ ನೀಡುತ್ತಿತ್ತು. ಭಾರತೀಯ ಸೇನೆ ಕಳೆದುಕೊಂಡ ಒಂದೊಂದೇ ಭೂ ಪ್ರದೇಶವನ್ನು ಮರು ವಶಪಡಿಸಿಕೊಂಡು ಮುನ್ನುಗ್ಗುತ್ತಿತ್ತು. ಬಾಂಗ್ಮಾರ್, ಚುಮಿಕ್‌ಲಾ, ಬೈಗ್ಡಾಂಗ್ಡೊ ಒಂದೊಂದೂ ನಮ್ಮ ತೆಕ್ಕೆಗೆ ಮರಳಿ ಬಂತು. ಬೈಗ್ಡಾಂಗ್ಡೊಗೆ ನಮ್ಮ ಸೇನೆ ಬಂದ ತಕ್ಷಣ ಅಲ್ಲಿನ ಮುಖಂಡರು ಧಾವಿಸಿ ಬಂದು ಸೇನಾ ನಾಯಕರನ್ನು ಸ್ವಾಗತಿಸಿದರು. ಆದರೆ ಊರಿನ ಹೆಣ್ಣುಮಕ್ಕಳು ಯಾರ ಕಣ್ಣಿಗೂ ಬೀಳಲಿಲ್ಲ. ಅವರೆಲ್ಲ ಪಾಕೀ ಸೈನಿಕರಂತೆ ಈ ಸೈನಿಕರು ಹೆಂಗಸರೊಂದಿಗೆ ಕ್ರೂರವಾಗಿ ನಡೆದುಕೊಳ್ಳುವರೆಂಬ ಭೀತಿಯಿಂದ ಅವಿತುಕೊಂಡಿದ್ದರು. ಸೈನ್ಯ ಮತ್ತೆ ರಿಂಚೆನ್‌ನ ಮೊರೆ ಹೊಕ್ಕಿತು. ಆತ ಎಲ್ಲರನ್ನೂ ಸಭೆ ಸೇರಿಸಿ ಅವರದ್ದೇ ಭಾಷೆಯಲ್ಲಿ ಭಾರತೀಯ ಸೇನೆಯ ಕುರಿತು ಹೇಳಿ ನಿರ್ಭೀತರಾಗಿರುವಂತೆ ಕೇಳಿಕೊಂಡ. ಕಪ್ಪುಮಸಿ ಬಳಿದುಕೊಂಡು ಬಂದಿದ್ದ ಹೆಣ್ಣುಮಕ್ಕಳಿಗೆ ಧೈರ್ಯ ತುಂಬಿದ. ರಿಂಚೆನ್ ತಮ್ಮ ಮನೆಯ ಮಗನೆನ್ನಿಸಲಾರಂಭಿಸಿತ್ತು ಅವರಿಗೆ. ನಿಧಾನವಾಗಿ ಜನರಿಗೆ ಸೇನೆಯ ಮೇಲೆ ವಿಶ್ವಾಸ ಬಂತು. ಊರು ಸಹಜಸ್ಥಿತಿಗೆ ಮರಳಿತು.

ಬೈಗ್ಡಾಂಗ್ಡೊದಿಂದ ಮುಂದಕ್ಕೆ ಭಾರತೀಯ ಸೇನೆ ಬರದಂತೆ ಬ್ಲ್ಯಾಕ್‌ರಾಕ್, ಟಕ್ಕಾರ್ ಹಿಲ್ ಮತ್ತು ಟಿಬೆಡೊ ಹಿಲ್‌ಗಳಲ್ಲಿ ಪಾಕೀ ಸೈನಿಕರು

ಬಲವಾದ ಪಹರೆ ಹಾಕಿ ಕುಳಿತಿದ್ದರು. ಆದರೆ ಭಾರತೀಯ ಸೇನೆ ನಿಶ್ಚಿತ ಗೆಲುವಿನತ್ತ ಹೆಜ್ಜೆ ಹಾಕುತ್ತಿತ್ತು. ಡಿಸೆಂಬರ್ ಮಧ್ಯಭಾಗದಲ್ಲಿ ಸೇನೆಯ ತುಕಡಿಯೊಂದು ಬ್ಲ್ಯಾಕ್‌ರಾಕ್‌ನತ್ತ ಹೊರಟಿತು. ಟಕ್ಕಾರ್ ಮತ್ತು ಟಿಬಿಡೊ ಗುಡ್ಡಗಳು ರಿಂಚೆನ್ ಪಾಲಿಗೆ ಸವಾಲಾಗಲು ಕಾತರಿಸುತ್ತಿತ್ತು. ರಿಂಚೆನ್ ತನ್ನ ಪಡೆಯನ್ನು ವ್ಯವಸ್ಥಿತವಾಗಿ ದುಡಿಸಿಕೊಂಡು ಎರಡೂ ಗುಡ್ಡಗಳಿಂದ ಶತ್ರುಗಳನ್ನು ಓಡಿಸಿ, ಅಂದಿನ ರಾತ್ರಿ ಭರ್ಜರಿ ಭೋಜನ ಕೂಟದಲ್ಲಿ ಭಾಗಿಯಾದ. ಎಲ್ಲಾ ಸೈನಿಕರೊಂದಿಗೆ ಕೂಡಿ ಮಂಜಿನ ಬೆಟ್ಟಗಳ ಕೊರೆಯವ ಛಳಿ ಮರೆಯಲು ರಮ್ ಕುಡಿಯುತ್ತ ನಿಂತ. ಆ ವೇಳೆಗಾಗಲೇ ಓಡಿ ಹೋಗಿದ್ದ ಪಾಕೀ ಸೈನಿಕರು ಭಾರತೀಯ ಸೇನೆ ಮತ್ತೆ ಮುಂದೊತ್ತದಂತೆ ಬಲವಾದ ಬಂಕರುಗಳನ್ನು ಮಾಡಿಕೊಂಡು ನೆಲೆ ನಿಂತರು. ಮರುದಿನ ಹೋದರಾಯ್ತೆಂದು ಕಾದದ್ದೇ ತಪ್ಪಾಯ್ತೇನೋ!

ಜನವರಿಯ ಆರಂಭದಲ್ಲಿಯೇ ಕೇಂದ್ರಸರ್ಕಾರ ಪಾಕಿಸ್ತಾನದೊಂದಿಗೆ ಕದನ ವಿರಾಮ ಘೋಷಿಸಿತು. 'ಛೆ ಇನ್ನೊಂದಷ್ಟು ದಿನ ಸುಮ್ಮನಿದ್ದುಬಿಟ್ಟಿದ್ದರೆ ಬಾಲ್ಟಿಸ್ತಾನದಿಂದಲೇ ಪಾಕೀ ಪಡೆಯನ್ನು ದಬ್ಬಿಬಿಡಬಹುದಿತ್ತು' ಎನ್ನುತ್ತ ನೊಂದುಕೊಂಡವ ಚೆವಾಂಗ್ ರಿಂಚೆನ್. ರಾತ್ರಿ ಊಟಕ್ಕಾಗಿ ಕಾಲ ಕಳೆಯುವ ಬದಲು ಶತ್ರುಗಳನ್ನು ಅಟ್ಟಿಸಿಕೊಂಡು ನುಗ್ಗಿಬಿಟ್ಟಿದ್ದರೆ ಇನ್ನೊಂದಷ್ಟು ಭೂಭಾಗ ನಮ್ಮದಾಗುತ್ತಿತ್ತಲ್ಲ ಎಂದು ಆತ ಕೈ ಕೈ ಹಿಸುಕಿಕೊಂಡಿದ್ದನಂತೆ!

ಯುದ್ಧ ಮುಗಿಯಿತು ನಿಜ. ಈ ಯುದ್ಧದಲ್ಲಿ ಅಪ್ರತಿಮ ಶೌರ್ಯ ತೋರಿದ ರಿಂಚೆನ್‌ಗೆ ಮಹಾವೀರ ಚಕ್ರದಿಂದ ಸನ್ಮಾನಿಸಲಾಯಿತು. ಅಚ್ಚರಿಯೇನು ಗೊತ್ತೇ? ಈ ಸನ್ಮಾನವೂ ಆಗಿಂದ್ದಾಗ್ಯೆ ನಡೆದದ್ದಲ್ಲ. ಯುದ್ಧ ಮುಗಿದ ಸುಮಾರು 3 ವರ್ಷಗಳ ನಂತರ! ಅದಾಗಲೇ ಯುದ್ಧಕ್ಕೆ ಕಾಶ್ಮೀರದ ಪ್ರಧಾನಮಂತ್ರಿ ಶೇಕ್ ಅಬ್ದುಲ್ಲಾ (ಅಂದಿನ ದಿನಗಳಲ್ಲಿ ಜಮ್ಮು-ಕಾಶ್ಮೀರದ ಮುಖ್ಯಮಂತ್ರಿಯನ್ನು ಪ್ರಧಾನಮಂತ್ರಿ ಎಂದೇ ಕರೆಯಲಾಗುತ್ತಿತ್ತು) ಆಯೋಜಿಸಿದ್ದ ಕಾರ್ಯಕ್ರಮದಲ್ಲಿ ರಿಂಚೆನ್‌ಗೆ ಈ ಗೌರವ ನೀಡಲಾಯ್ತು. ಆಕಾಶವಾಣಿ ಈ ಸುದ್ದಿಯನ್ನು ಬಿತ್ತರಿಸುತ್ತಾ 'ನುಬ್ರಾ ಮತ್ತು ಲೇಹ್‌ಗಳನ್ನು ಉಳಿಸಿದ ಅತ್ಯಂತ ಕಿರಿಯ ಮತ್ತು ಧೀರ ಸೈನ್ಯಾಧಿಕಾರಿಗೆ ಮಹಾವೀರ ಚಕ್ರ ಪ್ರಶಸ್ತಿ ಪ್ರದಾನ' ಎಂದಿತ್ತು. ತನ್ನ ಬದುಕಿನುದ್ದಕ್ಕೂ ರಿಂಚೆನ್ ಈ ಬಗೆಯ ಸವಾಲುಗಳನ್ನು ಎದುರಿಸಿದವನೇ.

ಅಧ್ಯಾಯ 6

ನೆಹರೂ ತಪ್ಪಿಗೆ ನೂರಾರು ಬಲಿ!

1962ರಲ್ಲಿ ಭಾರತ ಅನಪೇಕ್ಷಿತವಾಗಿ ಮತ್ತೊಂದು ಯುದ್ಧಕ್ಕೆ ಎಳೆಯಲ್ಪಟ್ಟಿತು. 1947ರ ಗೆಲುವಿನ ನಂತರ ಪಾಕಿಸ್ತಾನ ಸೋತು ಸುಣ್ಣವಾಗಿದ್ದು ಇನ್ನೆಂದಿಗೂ ತಂಟೆಗೆ ಬರದಿರುವ ನಿಶ್ಚಯವನ್ನೂ ಮಾಡಿಬಿಟ್ಟಿತ್ತು. ಹೀಗಾಗಿ ಭಾರತ ತನ್ನ ಆಂತರಿಕ ಅಭಿವೃದ್ಧಿಯ ಕುರಿತಂತೆ ಹೆಚ್ಚು ಗಮನ ಕೊಡಲು ಸಹಕಾರಿಯಾಗಿತ್ತು. ಬಹುಶಃ ಈ ಶಾಂತಿ ಪರ್ವದ ಕಾರಣದಿಂದಾಗಿಯೇ ಪ್ರಧಾನ ಜವಹರ್‌ಲಾಲ್ ನೆಹರೂ ಒಂದಷ್ಟು ಭ್ರಮೆಗೆ ಒಳಗಾಗಿದ್ದರು. ಭಾರತ ಯುದ್ಧ ಮಾಡುವ ಅಗತ್ಯವಿಲ್ಲ ಎಂದು ತಮಗೆ ತಾವೇ ಅಂದುಕೊಂಡುಬಿಟ್ಟಿದ್ದರಲ್ಲದೇ ಜಗತ್ತಿನ ಯಾವುದೇ ಸಮರ ಶಕ್ತಿಗಳೊಂದಿಗೂ ತಾವು ನಿಲ್ಲುವುದಿಲ್ಲ ಎಂಬ ಅಲಿಪ್ತ ನೀತಿಯನ್ನು ಘೋಷಿಸಿಬಿಟ್ಟಿದ್ದರು! 1949ರಲ್ಲಿ ಮಾವೋತ್ಸೆ ತುಂಗ ಪೀಪಲ್ಸ್ ರಿಪಬ್ಲಿಕ್ ಅನ್ನು ಚೀನಾದಲ್ಲಿ ಸ್ಥಾಪಿಸಿದಾಗ ಭಾರತ ಧಾವಂತಕ್ಕೆ ಬಿದ್ದು ಅದಕ್ಕೆ ಅಧಿಕೃತತೆಯ ಮುದ್ರೆ ಒತ್ತಿತು. ಬಹುಶಃ ಇಲ್ಲಿಯೇ ಇದ್ದ ಕಮ್ಯುನಿಷ್ಟರ ಪ್ರಭಾವವೂ ಇದರಲ್ಲಿ ಸಾಕಷ್ಟು ಕೆಲಸ ಮಾಡಿದ್ದಿರಬಹುದು. ಚೀನಾ ನಮಗೊಂದು ಒಳ್ಳೆಯ ಮಿತ್ರನಾಗಬಹುದೆಂದು ನೆಹರೂ ಭಾವಿಸಿದ್ದರೇನೋ. 1950ರಲ್ಲಿ ಮಾವೋತ್ಸೆ ತುಂಗ ತನ್ನ ಸೇನೆಯನ್ನು ಟಿಬೆಟ್‌ಗೆ ನುಗ್ಗಿಸಿ ಅದನ್ನು ಪೂರ್ಣ ತೆಕ್ಕೆಗೆ ಹಾಕಿಕೊಂಡುಬಿಟ್ಟಾಗ ಭಾರತ ಒಮ್ಮೆ ಬೆಚ್ಚಿಬಿದ್ದಿತ್ತು. ಪ್ರತಿಭಟನೆ ವ್ಯಕ್ತಪಡಿಸಿತ್ತಾದರೂ ಅದು ಹೇಳಿಕೊಳ್ಳುವ ಮಟ್ಟದಲ್ಲೇನೂ ಇರಲಿಲ್ಲ. 1954ರಲ್ಲಿ ಚೀನಾದೊಂದಿಗೆ ನೆಹರೂ ಪಂಚಶೀಲ ಒಪ್ಪಂದವನ್ನು ಮಾಡಿಕೊಂಡರು. ಹಿಂದಿ-ಚೀನೀ ಭಾಯಿ-ಭಾಯಿ ಘೋಷಣೆ ಮಾಡುತ್ತಾ ಚೀನಾದ ಕುರಿತಂತೆ ಸದ್ಭಾವನೆಯನ್ನು ಜಾಗತಿಕವಾಗಿ ಬೆಳೆಸುವ ಪ್ರಯತ್ನವನ್ನೂ ಮಾಡಿದರು. ಈ ಹೊತ್ತಿನಲ್ಲಿ ಚೀನಾ ಶಾಂತವಾಗಿತ್ತು ಕೂಡ. ಅದಕ್ಕೆ ಕಾರಣವೇನೂ ಇಲ್ಲದಿರಲಿಲ್ಲ. ಆಂತರಿಕವಾಗಿ ಬಲಾಢ್ಯವಾಗಲು ಜಾಗತಿಕ ಮಟ್ಟದಲ್ಲಿ ಅದು ಭಾರತದ ಸಹಕಾರವನ್ನು ಬಯಸಿತ್ತು. ಒಮ್ಮೆ ತಾನು ಬಲಗೊಂಡಿದ್ದೇನೆ

ಎಂದು ಗೊತ್ತಾಗುತ್ತಲೇ ಟಿಬೆಟ್‌ಗೆ ಹೆದ್ದಾರಿಗಳನ್ನು ನಿರ್ಮಿಸಲಾರಂಭಿಸಿತ್ತು. 1957ರಲ್ಲೇ ಈ ರಸ್ತೆಗಳು ಸಂಪೂರ್ಣಗೊಂಡಿದ್ದರೂ ನಮ್ಮ ಸರ್ಕಾರದ

ಗಮನಕ್ಕೆ ಇದು ಬಂದಿದ್ದೇ 1958ರಲ್ಲಿ! ಈ ರಸ್ತೆಗಳು ಭಾರತದ ಗಡಿಯೊಳಕ್ಕೆ ನುಸುಳಿವೆಯಾ ಎಂಬುದನ್ನು ಪರೀಕ್ಷಿಸಲೋಸುಗ ಸರ್ಕಾರ ಕಳಿಸಿದ ಎರಡು ತಂಡಗಳನ್ನು ಬಂಧಿಸಿದ ಚೀನೀ ಸೇನೆ ತನ್ನ ಮನೋಗತವನ್ನು ಸ್ಪಷ್ಟಪಡಿಸಿತ್ತು. ಸ್ವಲ್ಪ ಕಾಲ ಎಲ್ಲವೂ ತಣ್ಣಗಾದಂತೆ ಕಂಡರೂ 1959ರಲ್ಲಿ ಚೀನೀ ಸೇನೆ ಭಾರತದ ಗಡಿಯೊಳಗಿನ ಪೊಲೀಸ್ ತುಕಡಿಯೊಂದನ್ನು ಬಂಧಿಸಿದ್ದಲ್ಲದೇ 9 ಜನರನ್ನು ಕೊಂದು ಹತ್ತು ಜನರನ್ನು ಬಂಧಿಗಳಾಗಿಸಿ ಕ್ರೂರವಾದ ಹಿಂಸೆಗೊಳಪಡಿಸಿತು. ಅದೇ ವರ್ಷದಲ್ಲಿಯೇ ಒಳಗೆ ನುಗ್ಗಿದ ಚೀನೀ ಸೇನೆ ರಕ್ಷಣೆಯ ದೃಷ್ಟಿಯಿಂದ ಆಯಕಟ್ಟಿನ ಜಾಗವಾಗಿರುವಂತಹ ಅಕ್ಸಾಯ್‌ಚಿನ್ ಅನ್ನು ಭಾರತದ ಪ್ರತಿಭಟನೆಯ ನಡುವೆಯೂ ವಶಪಡಿಸಿಕೊಂಡಿತು. ಅದಾದ ಕೆಲವು ತಿಂಗಳಲ್ಲಿಯೇ ಭಾರತಕ್ಕೆ ಬಂದ ಚೌ ಎನ್‌ಲಾಯ್ ಚೀನಾ ವಶಪಡಿಸಿಕೊಂಡಿರುವ ಭಾಗ ತಮ್ಮದ್ದೇ ಎಂದು ವಾದಿಸಿ ಹೋದ. ನೆಹರೂ

ಪೆಚ್ಚುಮುಖ ಹಾಕಿ ಕುಳಿತಿದ್ದರಷ್ಟೇ. ಆದರೆ ಅಲ್ಲಿಯವರೆಗೂ ಈ ಭಾಗದ ರಕ್ಷಣೆಯನ್ನು ಪೊಲೀಸರೇ ವಹಿಸಿಕೊಂಡಿದ್ದರು. ಮೊದಲ ಬಾರಿಗೆ ಸೇನಾ ತುಕಡಿಯನ್ನು ಅಲ್ಲಿ ನಿಯೋಜಿಸಬೇಕೆಂದು ಸರ್ಕಾರ ನಿರ್ಧರಿಸಿ ಲದಾಖ್‌ಗೆ ಸೇನೆಯನ್ನು ಕಳಿಸಿತು.

ನೆಹರೂ ಯೋಚನೆ ಅಕ್ಷರಶಃ ಮೂರ್ಖತನದಿಂದಲೇ ಕೂಡಿತ್ತು. ಸ್ವಾತಂತ್ರ್ಯ ಬಂದಾಗಿನಂದಲೂ ಸೈನ್ಯವನ್ನು ಬಲಗೊಳಿಸುವ ಯಾವ ಪ್ರಯತ್ನವನ್ನೂ ಮಾಡದೇ ಈಗ ಏಕಾಕಿ ಚೀನಾ ಗಡಿಗೆ ಭಾರತೀಯ ಸೇನೆಯನ್ನು ತಳ್ಳಲಾಗಿತ್ತು. ಹಾಗಂತ ಸೇನೆಗೂ ಇದು ಸುಲಭವಾದ ಸವಾಲಾಗಿರಲಿಲ್ಲ. ಮಂಜಿನಿಂದಾವೃತವಾದ ಬೆಟ್ಟ ಗುಡ್ಡಗಳನ್ನು ಕಾಯುವುದಕ್ಕೆ ವಿಶೇಷ ತಯಾರಿ ಬೇಕಿತ್ತು. ಕಾಯುವುದಾದರೂ ಎಷ್ಟು! ಸುಮಾರು 500 ಕಿಲೋಮೀಟರ್ ಉದ್ದದ ಗಡಿ ಭಾಗ. ಅದಕ್ಕಾಗಿ ಮೀಸಲಾಗಿದ್ದುದು ಒಂದು ಬ್ರಿಗೇಡ್ ಮಾತ್ರ. ಇಷ್ಟು ಉದ್ದದ ಈ ಗಡಿ ಭಾಗವನ್ನು ಒಂದು ಬಾರಿ ತಿರುಗಾಡಿಕೊಂಡು ಬರುವುದೇ ಹೆಚ್ಚು ಕಡಿಮೆ ಅಸಾಧ್ಯವಿತ್ತು. ಅಂಥದ್ದರಲ್ಲಿ ಚೀನೀ ಸೈನಿಕರು ಅದಾಗಲೇ ನಿರ್ಮಿಸಿರುವ ಠಾಣ್ಯಗಳ ಎದುರಿಗೆ ನಮ್ಮ ಸೈನಿಕರು ಠಿಕಾಣಿ ಹೂಡಬೇಕಿತ್ತು! ಅದಕ್ಕೆಂದು ಸೂಕ್ತ ಜಾಗವನ್ನು ಆಯ್ದುಕೊಳ್ಳಬೇಕಿತ್ತು. ಒಂದು ಠಾಣ್ಯಕ್ಕೆ 10 ರಿಂದ 20ಕ್ಕಿಂತಲೂ ಹೆಚ್ಚು ಜನರನ್ನು ನೇಮಿಸುವ ಸಾಧ್ಯತೆಯಿರಲಿಲ್ಲ. ಹೀಗೆ ಕಾಯಲು ನಿಂತ ಸೈನಿಕರಿಗೆ ಬೇಕಾಗಿರುವ ಬಟ್ಟೆ, ಮಂಜಿನ ಬೂಟು, ಅಗತ್ಯ ಬಿದ್ದಷ್ಟು ಮದ್ದು-ಗುಂಡುಗಳೂ ಇರಲಿಲ್ಲ. ಆಗೆಲ್ಲಾ ಸೈನ್ಯದಲ್ಲಿದ್ದುದು ಎರಡೇ ಬಗೆಯ ಜನ. ಸರ್ಕಾರದ ನೀತಿಗಳನ್ನು ಜಾರಿಗೆ ತರಲು ಯತ್ನಿಸುತ್ತಿರುವ ಹಿರಿಯ ಅಧಿಕಾರಿಗಳು ಮತ್ತು ಗಡಿ ತುದಿಯಲ್ಲಿ ಇಚ್ಛಾಶಕ್ತಿ ಮಾತ್ರದಿಂದಲೇ ಕಾದಾಡುತ್ತಾ ತಾಯಿ ಭಾರತಿಗಾಗಿ ಪ್ರಾಣ ತೆತ್ತು ಮರಣೋತ್ತರ ಪ್ರಶಸ್ತಿ ಪಡೆಯುವ ಸಾಮಾನ್ಯ ಸೈನಿಕರು! ಆಗ ಚೆವಾಂಗ್ ರಿಂಚೆನ್ ಲೆಫ್ಟಿನೆಂಟ್ ಹುದ್ದೆಯಲ್ಲಿದ್ದ. ಆತನಿಗೆ ವಿಶೇಷ ಜವಾಬ್ದಾರಿಯೊಂದನ್ನು ಹೆಗಲಿಗೇರಿಸಲಾಗಿತ್ತು. ತನ್ನ ತಂಡವನ್ನು ಕರೆದುಕೊಂಡು ಗುಡ್ಡ-ಬೆಟ್ಟಗಳಿಳಿದು ಚೀನಿಯರು ಎಲ್ಲೆಲ್ಲಿ ಒಳ ನುಸುಳಿದ್ದಾರೆಂದು ಹುಡುಕಾಡಬೇಕಿತ್ತು. ಮುಂದಿನ ಎರಡು ವರ್ಷಗಳ ಕಾಲ ಅದೆಷ್ಟು ಬಾರಿ ಅದೆಷ್ಟು ಗುಡ್ಡ-ಬೆಟ್ಟಗಳನ್ನು ರಿಂಚೆನ್ ಇಳಿದು

ಹತ್ತಿದನೋ ಖಂಡಿತ ಲೆಕ್ಕವಿಲ್ಲ. ರಿಂಚೆನ್ ತನ್ನ ಪಡೆಯನ್ನು ಬಲವಾಗಿ ಕಟ್ಟಿಕೊಂಡಿದ್ದ. ಆತನ ಒಂದು ಮಾತಿಗೆ ಪ್ರಾಣ ಕೊಡಲು ಸಿದ್ಧವಾಗಿತ್ತು ಅವನ ಪಡೆ. ಸರ್ಕಾರದಿಂದ ಯಾವ ಸವಲತ್ತುಗಳೂ ದೊರೆಯದಾದಾಗಲೂ ಅದನ್ನೆಲ್ಲ ಬದಿಗಿರಿಸಿ ರಾಷ್ಟ್ರ ಕೈಂಕರ್ಯದಲ್ಲಿ ಜೊತೆಯಾಗುವಂತೆ ಉದ್ದೀಪಿಸಿಬಿಟ್ಟಿದ್ದ ಆತ. ಹಾಗಂತ ಸಮಸ್ಯೆಗಳು ಎದುರಾಗಲಿಲ್ಲವೆಂದಲ್ಲ. ಆದರೆ ಪ್ರತೀ ಬಾರಿಯೂ ತನ್ನ ಪಡೆಯ ಕುರಿತಾಗಿ ಎದುರಾದ ಯಾವ ಸಮಸ್ಯೆಯಲ್ಲೂ ಆತ ತನ್ನ ಸೈನಿಕರೊಂದಿಗೇ ನಿಲ್ಲುತ್ತಿದ್ದ!

ಅದೊಮ್ಮೆ ಲೇಹ್‌ನಲ್ಲಿ ಹೊಸದಾಗಿ ಬಂದ ಕಮಾಂಡಿಂಗ್ ಆಫೀಸರ್ ಪರೇಡ್ ಮೈದಾನದಲ್ಲಿ ರಿಂಚೆನ್‌ನ ಪಡೆಯನ್ನು ಸಜ್ಜಾಗಿ ನಿಲ್ಲುವಂತೆ ಆದೇಶಿಸಿದ. ಅಧಿಕಾರಿಗಳು ರಿಂಚೆನ್‌ನ ಪಡೆಯ ವೀಕ್ಷಣೆಗೆ ಬಂದಾಗ ಕೆಂಡಾಮಂಡಲವಾದರು. ಆತನ ಸೈನಿಕರು ಹರಿದ ಶರ್ಟು, ಪ್ಯಾಂಟುಗಳನ್ನು, ಲದಾಖ್‌ನ ಸಾಮಾನ್ಯ ಶೂಗಳನ್ನು ಧರಿಸಿ ನಿಂತಿದ್ದರು. ಬಹುಪಾಲು ಜನ ಆರ್ಮಿಯ ನಿಯಮಕ್ಕೆ ತಕ್ಕಂತೆ ಕೂದಲನ್ನು ಕತ್ತರಿಸಿಕೊಂಡಿರಲಿಲ್ಲ. ಮುಲಾಜಿಲ್ಲದೇ ಇಡಿಯ ಕಂಪನಿಗೆ ರೂಟ್ ಮಾರ್ಚ್ ಮಾಡುವ ಶಿಕ್ಷೆಯನ್ನು ಕೊಡಲಾಯ್ತು. ಈ ಪಡೆಯ ನಾಯಕನಾಗಿದ್ದ ರಿಂಚೆನ್ ಈ ಶಿಕ್ಷೆಯನ್ನು ಸುತಾರಾಂ ಒಪ್ಪಿಕೊಳ್ಳಲಿಲ್ಲ. ತನ್ನ ಅಧಿಕಾರಿಗಳೊಂದಿಗೆ ಹಠಕ್ಕೆ ಬಿದ್ದು ಕಮ್ಯಾಂಡಿಂಗ್ ಆಫೀಸರ್‌ನನ್ನು ಭೇಟಿಯಾದ ರಿಂಚೆನ್ ಎಷ್ಟು ಬಾರಿ ಪತ್ರ ಬರೆದರೂ, ಅಧಿಕಾರಿಗಳಿಗೆ ಗೋಗರೆದರೂ ತನ್ನ ಪಡೆಗೆ ಅಗತ್ಯ ಬಿದ್ದಷ್ಟು ಬಟ್ಟೆ, ಶೂ, ಮದ್ದು-ಗುಂಡುಗಳು ಬರದಿರುವುದನ್ನು ವಿವರಿಸಿದ. ಲದಾಖಿ ಜನರಲ್ಲಿ ತಂದೆ ತೀರಿಕೊಂಡಾಗ ಮಾತ್ರ ಕೂದಲನ್ನು ಚಿಕ್ಕದಾಗಿ ಕತ್ತರಿಸಿಕೊಳ್ಳಬೇಕೆಂದಿರುವ ನಂಬಿಕೆಯನ್ನು ಮನಗಾಣಿಸಲು ಪ್ರಯತ್ನಿಸಿದ. ಯಾವುದಕ್ಕೂ ಕಮ್ಯಾಂಡಿಂಗ್ ಅಧಿಕಾರಿ ಬಗ್ಗದೇ ರಿಂಚೆನ್‌ನ ಬಡ್ತಿಯನ್ನು ತಡೆಯುವುದಾಗಿ ಹೆದರಿಸಿದಾಗ ಆತ ಮುಲಾಜಿಲ್ಲದೇ ರಾಜಿನಾಮೆ ಪತ್ರವನ್ನು ಮೇಜಿನ ಮೇಲಿರಿಸಿ ಬಂದುಬಿಟ್ಟ. ಉಳಿದವರೆಲ್ಲಾ ಬಂದು ಅವನನ್ನು ಸಮಾಧಾನಪಡಿಸಿದರು. ರಿಂಚೆನ್ ಇಲ್ಲದ ಮಂಜಿನ ಬೆಟ್ಟದ ಪಡೆಯನ್ನು ಊಹಿಸಿಕೊಳ್ಳುವುದೂ ಅವರಿಗೆ ಸಾಧ್ಯವಿರಲಿಲ್ಲ. ಪರಿಸ್ಥಿತಿಯನ್ನು ಅರ್ಥೈಸಿಕೊಂಡ ಅಧಿಕಾರಿಗಳು ತನ್ನ ಪಡೆಗೆ ಶಿಕ್ಷೆ ನೀಡುವ ಜವಾಬ್ದಾರಿಯನ್ನು

ರಿಂಚೆನ್‌ಗೇ ವಹಿಸಿದರು. ಈಗ ರಿಂಚೆನ್ ತನ್ನ ತುಕಡಿಯ ಎಲ್ಲ ಸೈನಿಕರಿಗೂ ಸಾಂಕೇತಿಕವಾದ ಶಿಕ್ಷೆಯೊಂದನ್ನು ಕೊಟ್ಟು ಇನ್ನು ಮುಂದೆ ಶಿಸ್ತುಬದ್ಧವಾಗಿರಬೇಕೆಂಬ ಎಚ್ಚರಿಕೆಯನ್ನೂ ಕೊಟ್ಟ. ಕೆಲವೇ ದಿನಗಳಲ್ಲಿ ಈ ಪಡೆಗೆ 24 ಗಂಟೆಗಳಲ್ಲಿ ಅಲ್ಲಿಂದ ಹೊರಬಿದ್ದು ಡುಂಕ್ತಿ, ಚುಶೂಲ್ ಮತ್ತಿತರ ಜಾಗಗಳಲ್ಲಿ ಠಾಣ್ಯ ಸ್ಥಾಪಿಸುವ ಸವಾಲನ್ನು ನೀಡಲಾಯ್ತು. ಆತನ ಪಡೆ 13 ದಿನಗಳಲ್ಲಿ 500 ಕಿಲೋಮೀಟರ್ ಉದ್ದದ ದೂರವನ್ನು ಕ್ರಮಿಸಿ ಡುಂಕ್ತಿ ತಲುಪಿ ಠಾಣ್ಯ ಸ್ಥಾಪಿಸುವ ಕೆಲಸ ಶುರುಮಾಡಿತು. ಹಾಗಂತ ಈ ಯಾತ್ರೆ ಸುಲಭವಾದುದ್ದೇನೂ ಆಗಿರಲಿಲ್ಲ. ಪೋನಿಗಳ ಮೇಲೆ ಸಾಮಾನು-ಸರಂಜಾಮುಗಳನ್ನು ಹೊರಿಸಿ ಗುಡ್ಡ-ಬೆಟ್ಟಗಳನ್ನು ದಾಟಿಕೊಂಡು ಹೋಗಬೇಕು. ದಾರಿಯಲ್ಲೇ ಅವುಗಳು ತೀರಿಕೊಂಡರೆ ಅಷ್ಟೂ ಚೀಲವನ್ನು ತಾವೇ ಹೊರಬೇಕು. ಕೈಯಲ್ಲಿರುವ ವೈರ್‌ಲೆಸ್ ಸೆಟ್ಟುಗಳನ್ನು ಬಿಟ್ಟರೆ ಬದುಕಿದ್ದಾರೋ ಸತ್ತಿದ್ದಾರೋ ಎಂಬ ಸುದ್ದಿ ಮುಟ್ಟಿಸುವ ವ್ಯವಸ್ಥೆಯೂ ಮತ್ತೇನಿಲ್ಲ! ಸದಾ ಸುರಿಯುವ ಮಂಜು, ಮೂಳೆಯನ್ನೂ ಕತ್ತರಿಸುವ ಕುಳಿರ್ಗಾಳಿ, ವಿಶೇಷವಾಗಿ ಕಣಿವೆಗಳನ್ನು ಹಾದು ಹೋಗುವಾಗ ಸುತ್ತಲೂ ಮಂಜಿನ ರಾಶಿ. ಇವೆಲ್ಲವೂ ಬರಿಯ ದೈಹಿಕ ಶ್ರಮವಷ್ಟೇ ಅಲ್ಲ ಮಾನಸಿಕವಾದ ಕಿರಿ-ಕಿರಿ ಕೂಡ. ಗಮ್ಯ ತಲುಪಿದ ಮೇಲಾದರೂ ಸುಮ್ಮನೇ ಇರಬಹುದೇನು? ಇವರೇ ಅಲ್ಲಿ ಠಾಣ್ಯ ಸ್ಥಾಪನೆಗೆ ಬೇಕಾದ ಎಲ್ಲ ವ್ಯವಸ್ಥೆ ಮಾಡಿಕೊಳ್ಳಬೇಕು. ದೂರದಿಂದ ನೀರು ತಂದು ಅಲ್ಲಿ ಸಿಗುವ ಮಣ್ಣಿನೊಂದಿಗೆ ಬೆರಸಿಕೊಂಡು ಇಟ್ಟಿಗೆಗಳಾಗಿ ಪರಿವರ್ತಿಸಬೇಕು. ಒಂದು ಪ್ಲಟೂನಿಗೆ ಮೂರು ಬಂಕರ್‌ಗಳಾದರೂ ಆಗಬೇಕು. ಈ ಬಂಕರ್‌ಗೆ ಹೊದಿಸುವ ಉಕ್ಕಿನ ಶೀಟು, ಕಿಟಕಿ, ಬಾಗಿಲುಗಳೆಲ್ಲಾ ವಿಮಾನದಿಂದ ಕೆಳಗೆಸೆಯಲಾಗುತ್ತದೆ. ಅದು ನಿರ್ದಿಷ್ಟ ದಿನ, ನಿರ್ದಿಷ್ಟ ಸಮಯದಲ್ಲಿ ಮಾತ್ರ. ಆ ಹೊತ್ತಿನಲ್ಲಿ ಆಗಸದೆಡೆಗೆ ಕಣ್ಣು ನೆಟ್ಟು ಕುಳಿತಿರಬೇಕು. ಇದರೊಂದಿಗೇ ತಮಗೆ ಬೇಕಾದ ಆಹಾರ, ಬಟ್ಟೆ ಮತ್ತು ಮನೆಯ ಪತ್ರಗಳೂ ಇರುವುದರಿಂದ ಅಷ್ಟೂ ದಿನದ ಕೆಲಸದ ಆಯಾಸಕ್ಕೆ ಅದೊಂದೇ ಪರಿಹಾರವಾಗಬಲ್ಲುದು. ಹಾಗಂತ ಕೆಲಸ ಇಷ್ಟಕ್ಕೇ ಮುಗಿಯಲಿಲ್ಲ. ಇದರ ನಡುವೆಯೇ ಗಸ್ತು ತಿರುಗುತ್ತಾ ಚೀನಿಯರು ಎಲ್ಲಾದರೂ ಒಳಗೆ ನುಸುಳಿಬಿಡುತ್ತಾರಾ ಎಂಬ ವಿಷಯದಲ್ಲಿ ಹದ್ದುಗಣ್ಣಿಡಬೇಕಿತ್ತು. ಬಲು ಎಚ್ಚರಿಕೆಯಿಂದ ರಿಂಚೆನ್ ಇದನ್ನು ಮಾಡುತ್ತಿರುವಾಗಲೇ ಚೀನಿಯರು ಉತ್ತರದ

ದಿಕ್ಕಿನಿಂದ ಒಳನುಸುಳಬಹುದೆಂಬ ಸುದ್ದಿ ಭೇದಿಸಿದ ಭಾರತೀಯ ಸೇನೆ ನುಬ್ರಾ ಸೆಕ್ಟರ್‌ನಲ್ಲಿ ರಿಂಚೆನ್ ಅತ್ಯಗತ್ಯವಾಗಿ ಬೇಕು ಎಂಬುದನ್ನು ಮುಲಾಜಿಲ್ಲದೇ ನಿರ್ದೇಶಿಸಿತು. ತಕ್ಷಣವೇ ಆತನನ್ನು ಹೊಸದಾಗಿ ರೂಪಿಸಿದ 14 ಜೆ.ಕೆ ಮಿಲಿಷಿಯಾ ಲದಾಖಿ ಬಟಾಲಿಯನ್ನ ನೇತೃತ್ವ ವಹಿಸಲು ಕಳಿಸಿಕೊಡಲಾಯ್ತು. ರಿಂಚೆನ್ ಈಗ ಸೆಕೆಂಡ್ ಲೆಫ್ಟಿನೆಂಟ್ ಆಗಿ ಜವಾಬ್ದಾರಿ ಹೊಂದಿದ್ದ. ಆಗಿನ್ನೂ 1960. ಮೂರುವರೆ ಸಾವಿರ ಮೀಟರ್ ಎತ್ತರದಲ್ಲಿ ಏರ್‌ಸ್ಟ್ರಿಪ್ ನಿರ್ಮಾಣದ ಜವಾಬ್ದಾರಿಯನ್ನು ರಿಂಚೆನ್‌ಗೆ ವಹಿಸಲಾಯ್ತು. ತನಗೆ ಬೇಕಾಗಿರುವ ಎಲ್ಲ ವಸ್ತುಗಳೊಂದಿಗೆ ರಿಂಚೆನ್ ಸ್ಥಳೀಯ ಜನರು ಕುಡಿಯುವ ಛಾಂಗ್ ಬೀರನ್ನು ತಯಾರಿಸಲು ಗೋಧಿಯನ್ನು ವಿಶೇಷವಾಗಿ ತರಿಸಿಕೊಂಡ. ಅದನ್ನು ಕುಡಿಯದವರಿಗಾಗಿ ಸ್ಥಳೀಯ ಗುರ್‌ಗುರ್ ಬಟರ್

ಟೀ ಮಾಡಿಸಿ ಕುಡಿಸುತ್ತಿದ್ದ. ಸ್ಥಳೀಯರ ಸಹಕಾರವನ್ನು ಈ ರೀತಿ ಪ್ರೀತಿಯಿಂದಲೇ ಗಳಿಸಿಕೊಂಡ ರಿಂಚೆನ್ ಹಗಲೂ ರಾತ್ರಿ ದುಡಿದು ಏರ್‌ಸ್ಟ್ರಿಪ್ ಅನ್ನು ನಿರ್ಮಿಸಿದ್ದಲ್ಲದೇ ಮೊದಲ ಡಕೋಟಾ ವಿಮಾನ ಅಲ್ಲಿಗಿಳಿಯುವುದನ್ನು ಕಣ್ತುಂಬಿಸಿಕೊಂಡ! ಈ ವೇಳೆಗೆ ಮಂಜಿನ ಬೆಟ್ಟಗಳನ್ನು ಹುಚ್ಚಿಗೆ ಬಿದ್ದು ಪ್ರೀತಿಸುತ್ತಿದ್ದ ಮೇಜರ್ ಎಸ್.ಎಸ್.ರಾಂಧ್ವಾ ಅವರೊಂದಿಗೆ ಕೆಲಸ ಮಾಡುವ ಅವಕಾಶ ರಿಂಚೆನ್‌ಗೆ ದೊರೆಯಿತು. ಇವರಿಬ್ಬರದ್ದೂ ಒಂದು

ಅದ್ಭುತವಾದ ಜೋಡಿ. ಅವರೊಂದಿಗೆ ಕೆಲಸ ಮಾಡಿದ ದಿನಗಳನ್ನು ರಿಂಚೆನ್ ಯಾವಾಗಲೂ ನೆನಪಿಸಿಕೊಳ್ಳುತ್ತಿದ್ದ.

1961ರ ಮಧ್ಯ ಭಾಗದಲ್ಲಿ 5000 ಮೀಟರ್ ಎತ್ತರದ ಮೇಲೆ ಕಾರಕೋರಂ ಶ್ರೇಣಿಯಲ್ಲಿರುವ ದೌಲತ್-ಬೇಗ್-ಓಲ್ಡಿಗೆ ಹೋಗುವಂತೆ ರಿಂಚೆನ್‌ಗೆ ಆದೇಶ ದೊರೆಯಿತು. ತನ್ನ ತುಕಡಿಯನ್ನು ಕರೆದುಕೊಂಡು ಸಾಸೇರ್‌ಲಾ ಮುಟ್ಟಿ ಅಲ್ಲಿ ಬುದ್ಧಿಸ್ಟ್ ಬಾವುಟವನ್ನು ನೆಟ್ಟ. ಅಲ್ಲಿಂದ ಮುಂದೆ ರಿಂಚೆನ್ ದೌಲತ್-ಬೇಗ್-ಓಲ್ಡಿಯತ್ತ ಹೊರಟು ಸಾಹಸೀ ಪ್ರಯಾಣವನ್ನೇ ನಡೆಸಿದ. ದಾರಿಯುದ್ದಕ್ಕೂ ಮನುಷ್ಯರ, ಪ್ರಾಣಿಗಳ ಎಲುಬುಗಳು ಎಂಥವನನ್ನೂ ಭಯ ಭೀತವಾಗಿಸುವಂತಿದ್ದವು. ಈ ಕೊರೆಯುವ ಚಳಿಯಲ್ಲಿ ಕೊಳೆಯದೇ ಉಳಿಯುವ ಶವಗಳು ಎದೆ ಝಲ್ಲೆನಿಸಲು ಸಾಕು! ರಿಂಚೆನ್‌ನದು ಕೈ ಬಿಡುವ ಜಾಯಮಾನವೇ ಅಲ್ಲ. ಆತ ಚಿಪ್‌ಚಾಪ್ ನದಿಯನ್ನು ದಾಟುವಾಗ ದಡದ ಮೇಲಿನ ಮಂಜಿನ ಹಾಸಿನ ಮೇಲೆ ಒಂಟೆಯ ಗೊರಸುಗಳ ಗುರುತುಗಳನ್ನು ಗಮನಿಸಿದ. ಸ್ವಲ್ಪ ಮುಂದೆ ಹೋದರೆ ಮೂರು ಟನ್‌ನಷ್ಟು ಭಾರವನ್ನು ಹೊರಬಲ್ಲ ಗಾಡಿಗಳ ಚಕ್ರದ ಗುರುತುಗಳು ಕಂಡವು. ತಕ್ಷಣವೇ ತನ್ನ ತುಕಡಿಯನ್ನು ಅಲ್ಲಿಯೇ ಬಿಟ್ಟ ರಿಂಚೆನ್ ಸರಸರನೇ ಎದುರಿಗಿದ್ದ ಬೆಟ್ಟವನ್ನೇರಿದ. ಬೈನಾಕುಲರ್ ಅನ್ನು ಕಣ್ಣಿಗೆ ಹಿಡಿದುಕೊಂಡು ದೂರಕ್ಕೆ ನೋಡಿದರೆ ಅಲ್ಲಿಂದ ಅರ್ಧ ಕಿಲೋಮೀಟರ್ ಅಂತರದಲ್ಲಿ ಚೀನಿಯನ್ನರು ಬಂಕರ್‌ಗಳನ್ನಷ್ಟೇ ಅಲ್ಲದೇ ಕಛೇರಿಗಳನ್ನೇ ನಿರ್ಮಾಣ ಮಾಡಿರುವುದು ಅವನ ಕಣ್ಣಿಗೆ ಬಿತ್ತು! ಎರಡು ಅಂತಸ್ತಿನ ಈ ಕೋಟೆಯ ಅಕ್ಕ-ಪಕ್ಕದಲ್ಲಿ ಇಟ್ಟಿಗೆಗಳನ್ನು ತಯಾರಿಸಿ ಗಾಡಿಗಳಿಗೆ ತುಂಬಿ ಮತ್ತಷ್ಟು ಬಂಕರ್‌ಗಳ ನಿರ್ಮಾಣಕ್ಕೆ ಸೈನಿಕರು ತಯಾರಿ ನಡೆಸುತ್ತಿರುವುದನ್ನು ರಿಂಚೆನ್ ಕಂಡ. ತಕ್ಷಣವೇ ಸುದ್ದಿಯನ್ನು ಮುಖ್ಯ ಕಛೇರಿಗೆ ರವಾನಿಸಿದ. ಚೀನೀ ಸೈನಿಕರು ಇಷ್ಟು ಒಳಕ್ಕೆ ನುಗ್ಗಿರಬಹುದೆಂಬುದನ್ನು ಯಾರೂ ನಂಬಲು ಸಿದ್ಧರಿರಲಿಲ್ಲ. ಮುಂದೆ ಭಾರತೀಯ ಯುದ್ಧ ವಿಮಾನಗಳು ರಿಂಚೆನ್ ಹೇಳಿದ ಸ್ಥಳದ ಚಿತ್ರಗಳನ್ನು ಕಳಿಸಿದಾಗಲೇ ಇದು ಬೆಳಕಿಗೆ ಬಂದಿದ್ದು. ಈಗ ದೌಲತ್-ಬೇಗ್-ಓಲ್ಡಿಯಲ್ಲಿ ನಮ್ಮ ಆಧಿಪತ್ಯ ಸ್ಥಾಪಿಸುವುದು ಅನಿವಾರ್ಯವಾಗಿಬಿಟ್ಟಿತ್ತು. ರಿಂಚೆನ್ ಆ ಕೆಲಸವನ್ನು ಪೂರ್ಣಗೊಳಿಸಿದ.

ರಿಂಚೆನ್‌ನ ಜವಾಬ್ದಾರಿ ಹೆಚ್ಚುತ್ತಲೇ ಹೋಯ್ತು. ಒಂದು ಸ್ಥಳದಿಂದ ಮತ್ತೊಂದು ಸ್ಥಳಕ್ಕಿರುವ ಕಡಿಮೆ ದೂರದ ದಾರಿಯನ್ನು ಅವನೇ ಈಗ ಹುಡಕಬೇಕಿತ್ತು. ಬಂಕರ್‌ಗಳ ನಿರ್ಮಾಣವಿರಲಿ ಕೊನೆಗೆ ನಮ್ಮ ವ್ಯಾಪ್ತಿಗೆ ಸೇರಿದ್ದು ಎಂದು ನಿರ್ದೇಶಿಸುವ ಫ್ಲಾಗ್ ಪೋಸ್ಟ್‌ಗಳೇ ಇರಲಿ ಇವೆಲ್ಲಕ್ಕೂ ಸೂಕ್ತ ಜಾಗವನ್ನು ಆತನೇ ಹುಡುಕಬೇಕಿತ್ತು. ಕಾರಕೋರಂ ಶ್ರೇಣಿಯ ಓಡಾಟ ಕಠಿಣವೆಂದು ಅರಿವಾದಾಗ ಅಲ್ಲೊಂದು ಏರ್‌ಸ್ಟ್ರಿಪ್ ನಿರ್ಮಿಸಬೇಕಾದ ಹೊಣೆಗಾರಿಕೆಯೂ ರಿಂಚೆನ್‌ನ ತೆಕ್ಕೆಗೆ ಬಿದ್ದಿತ್ತು. ಹಾಗಂತ ಅದು ಸುಲಭವೆಂದು ತಿಳಿದುಕೊಳ್ಳಬೇಡಿ. ಅಲ್ಲಿಯೇ ಸಿಗುವ ವಸ್ತುಗಳನ್ನು ಬಳಸಿಕೊಂಡು ಯುದ್ಧ ಮಿಮಾನಗಳು ಇಳಿಯಲು ಬೇಕಾದ ವ್ಯವಸ್ಥೆ ರೂಪಿಸಬೇಕಿತ್ತು. ರಿಂಚೆನ್ ಸ್ಥಳೀಯರ ಸಹಕಾರವನ್ನು ಮತ್ತು ತನ್ನ ಪಡೆಯನ್ನು ಬಳಸಿಕೊಂಡು ಒಂದಷ್ಟು ಜೆರ್ರಿ ಕ್ಯಾನ್‌ಗಳನ್ನು ಮತ್ತು ಮನುಷ್ಯರ, ಪ್ರಾಣಿಗಳ ಕೊಳೆಯದೇ ಬಿದ್ದಿದ್ದ ಶವಗಳನ್ನು ಜೋಡಿಸಿ ಈ ಕೆಲಸವನ್ನೂ ಪೂರೈಸಿದ. ಇಲ್ಲಿಯವರೆಗೂ ಆತ ಯುದ್ಧಕ್ಕೆ ಬೇಕಾದ ತೆರೆಮರೆಯ ಕೆಲಸಗಳಲ್ಲಷ್ಟೇ ನಿರತನಾಗಿದ್ದ. ಆದರೆ ಅದೊಮ್ಮೆ ತನ್ನ ಗಸ್ತು ತಂಡವನ್ನು ಕರೆದುಕೊಂಡು ಬೋನಾ ಪೋಸ್ಟ್‌ಗೆ ಬಂದಾಗ ಭುಜಂಗ್ ಪೋಸ್ಟ್‌ನಲ್ಲಿ ಚೀನಿಯನ್ನರು ಭಾರತೀಯ ಸೈನಿಕರ ಮೇಲೆರಗಿದ್ದಾರೆ ಎಂಬ ಸುದ್ದಿ ಬಂತು! ಭಾರತೀಯರು ತಪ್ಪಿಸಿಕೊಂಡರೂ ನಮ್ಮ ಶಸ್ತ್ರಾಸ್ತ್ರಗಳು ಚೀನಿಯರ ವಶವಾಗಿವೆ ಎಂಬ ಸುದ್ದಿ ಸಿಕ್ಕಿತು. ತಕ್ಷಣ ಭುಜಂಗ್‌ನತ್ತ ಹೊರಟ ರಿಂಚೆನ್ ದಾರಿಯಲ್ಲಿ ಚೀನೀ ಸೈನಿಕರನ್ನು ಗುರುತಿಸಿ ಮತ್ತೊಂದು ಮಾರ್ಗವನ್ನು ಹಿಡಿದು ಭುಜಂಗ್‌ನತ್ತ ತೆರಳಿದ. ಆದರೆ ಎತ್ತರದ ಜಾಗದಲ್ಲಿದ್ದ ಚೀನಿಯರು ಬಿರುಸಾದ ದಾಳಿ ಆರಂಭಿಸಿದರು. ಸಮಯಕ್ಕೆ ಸರಿಯಾಗಿ ಬೋನಾ ಪೋಸ್ಟ್‌ನಿಂದ ಬಂದ ತಂಡವು ಚೀನೀ ಸೈನಿಕರ ಮೇಲೆ ಮುಗಿಬಿದ್ದುದರಿಂದ ಶತ್ರು ಪಾಳಯಕ್ಕೆ ಬಲು ದೊಡ್ಡ ನಷ್ಟವಾಯ್ತು. ರಿಂಚೆನ್ ಕೂದಲೆಳೆಯ ಅಂತರದಲ್ಲಿ ಬಚಾವಾಗಿದ್ದ!

ಕೆಲವೇ ದಿನಗಳಲ್ಲಿ ರಿಂಚೆನ್‌ಗೆ ಚಾಂದಿನಿ ಪೋಸ್ಟ್‌ನತ್ತ ಹೋಗಲು ಆದೇಶ ದೊರೆಯಿತು. ಆದರೆ ಆ ಪೋಸ್ಟ್‌ನ ಹತ್ತಿರ ಬರುತ್ತಿದ್ದಂತೆ ಚೀನೀ ಸೈನಿಕರ ವಾಸನೆ ಹಿಡಿದ ರಿಂಚೆನ್ ಸ್ವಲ್ಪ ದೂರದಲ್ಲೇ ತನ್ನ ಗಾಡಿಯನ್ನು ನಿಲ್ಲಿಸಿ ಚೀನೀ ಸೈನಿಕರ ಗಮನವನ್ನು ಮತ್ತೊಂದೆಡೆ ಸೆಳೆದು ಅವರ ನಡುವೆಯೇ

ತನ್ನ ಜೀಪನ್ನು ವೇಗವಾಗಿ ಓಡಿಸುತ್ತಾ ಗುಂಡಿನ ದಾಳಿಯಿಂದ ತಪ್ಪಿಸಿಕೊಂಡು ಪಾರಾಗಿಬಿಟ್ಟ! ಆಯಕಟ್ಟಿನ ಜಾಗ ತಲುಪುತ್ತಿದ್ದಂತೆ ತನ್ನ ಎಲ್‌ಎಂಜಿ ವ್ಯಾಪ್ತಿಗೆ ಸಿಗುವ ಚೀನೀ ಸೈನಿಕರ ಮೇಲೆ ತಡೆಯಿಲ್ಲದ ದಾಳಿ ಮಾಡಿದ. ಒಂದಷ್ಟು ಚೀನಿಯರು ಹತರಾಗಿಬಿದ್ದರು. ಚೀನಿಯರು 5988 ಮೀಟರ್ ಎತ್ತರದ ಗುಡ್ಡವೊಂದರ ಮೇಲೆ ಅಧಿಪತ್ಯ ಸ್ಥಾಪಿಸುವ ಪ್ರಯತ್ನ ನಡೆಸುತ್ತಿರುವುದು ಅರಿವಾದೊಡನೆ ಅದಕ್ಕಿಂತಲೂ ಎತ್ತರದ ಗುಡ್ಡದ ಮೇಲೆ ತಾನು ಠಿಕಾಣಿ ಹೂಡಿದ. ಈ ಗುಡ್ಡವನ್ನೂ ಸೆಳೆದುಕೊಳ್ಳಲೆಂದು ಬರುತ್ತಿದ್ದ ಚೀನೀ ಸೈನಿಕರು ರಿಂಚೆನ್ ಪಡೆಯನ್ನು ಅಲ್ಲಿ ಕಂಡು ಮರು ಮಾತಾಡದೇ ಮರಳಿದರು. ರಣಾಂಗಣದಲ್ಲಿ ತನ್ನ ತುಕಡಿಯನ್ನು ಬಿಟ್ಟು ತುರ್ತಾಗಿ ಬರುವಂತೆ ರಿಂಚೆನ್‌ಗೆ ಕರೆ ಹೋಯ್ತು. ಹಾಗೆ ಹೊರಡುವ ಮುನ್ನ ರಿಂಚೆನ್ ತನ್ನ ಸೈನಿಕರೊಡನೆ ಮಾತನಾಡಿದ. ಒಬ್ಬ ರಿಂಚೆನ್‌ಗೆ ಭರವಸೆ ಕೊಡುತ್ತಾ 'ಚೀನಿಯನ್ನರು ಎಷ್ಟೇ ಬಲಶಾಲಿಯಾಗಿದ್ದರೂ ನಾವು ಹಿಂದೆಗೆಯುವ ಮಾತೇ ಇಲ್ಲ' ಎಂದ. ಹಾಗೆಯೇ ಆಯ್ತು ಕೂಡ. ಈತನಿಗೆ ಭರವಸೆ ಕೊಟ್ಟಿದ್ದ ಆ ಕಿರಿಯ ಅಧಿಕಾರಿ ಕೊನೆಯ ವ್ಯಕ್ತಿಯಿರುವವರೆಗೆ ಮತ್ತು ಕೊನೆಯ ಗುಂಡು ಖಾಲಿಯಾಗುವವರೆಗೆ ಕಾದಾಡಿ ಮರಣೋತ್ತರ ಮಹಾವೀರ ಚಕ್ರ ಪ್ರಶಸ್ತಿಗೆ ಅರ್ಹನಾದ!

ರಿಂಚೆನ್‌ಗೆ ಈಗ ಊಹಿಸಲಾಗದಂಥ ಜವಾಬ್ದಾರಿ ಹೆಗಲಮೇಲೆ ಬಿದ್ದಿತ್ತು. ಯುದ್ಧದ ಕಾರ್ಮೋಡಗಳು ದಟ್ಟವಾಗುತ್ತಿದ್ದಂತೆ ಲದಾಖ್‌ನಲ್ಲಿ ಸೇನೆ ಸ್ಥಳೀಯರ ಸಹಕಾರವನ್ನು ಕೋರಲಾರಂಭಿಸಿತ್ತು. ಇದಕ್ಕಾಗಿ ಪೂಜ್ಯರಾಗಿದ್ದ ಬಕುಲಾ ಅವರನ್ನು ಮಾತನಾಡಿಸಿ ಅವರ ಬೆಂಬಲವನ್ನು ಕೇಳಲಾಯ್ತು. ರಿಂಚೆನ್ ಸ್ಥಳೀಯರಿಗೆ ತರಬೇತಿ ಕೊಟ್ಟು ಕಾರಕೋರಂ ಗಾರ್ಡ್ಸ್ ಬಟಾಲಿಯನ್ ನಿರ್ಮಾಣದ ಹೊಣೆ ಹೊತ್ತ. ಡೆಸ್ಕಿತ್‌ನಲ್ಲಿ ಸಾವಿರ ಜನರ ತುಕಡಿಯನ್ನು ತಯಾರು ಮಾಡಲಾಯ್ತು. ಸೈನ್ಯಕ್ಕೆ ಬೇಕಾದ ಸಾಮಾನು ಸರಂಜಾಮುಗಳನ್ನು ಹೊರುವ 300 ಜನಗಳನ್ನು ಮತ್ತು 300 ಪೋನಿಗಳನ್ನು ಸಿದ್ಧವಾಗಿರಿಸಲಾಯ್ತು. ತರುಣರು ಕಾರಕೋರಂ ಗಾರ್ಡ್ಸ್ ಸೇರಿಕೊಂಡರೆ ವಯಸ್ಸಾದವರು ಮತ್ತು ಸ್ತ್ರೀಯರು ಈ ನೂತನ ತುಕಡಿಗೆ ರೇಷನ್ ಒದಗಿಸುವ ಜವಾಬ್ದಾರಿ ಹೊತ್ತರು. ಇವರಿಗೆ ಸಂಪೂರ್ಣ ತರಬೇತಿಯನ್ನು ಕೊಟ್ಟು

ಮುಗಿಸುವ ಮುನ್ನವೇ ರಿಂಚೆನ್‌ಗೆ ಶೋಕ್ ನದಿಯತ್ತ ಲದಾಖಿ ಸ್ಕೌಟ್ಸ್ ಅನ್ನು ಕರೆದೊಯ್ದು ಒಳ ನುಗ್ಗುತ್ತಿರುವ ಚೀನಿಯರನ್ನು ತಡೆಯುವ ಹೊಣೆಗಾರಿಕೆ ಹೊರೆಸಲಾಯ್ತು. ಮೂರು ದಿನಗಳಲ್ಲಿ 130 ಕಿಲೋಮೀಟರ್ ಕ್ರಮಿಸಿದ ಈ ಪಡೆ ಶೋಕ್ ನದಿ ದಡವನ್ನು ತಲುಪಿದಂತೆ ಚೋಂಗ್ ಜಂಗಲ್‌ನಲ್ಲಿ ರಕ್ಷಣಾ ಠಾಣ್ಯ ನಿರ್ಮಾಣಕ್ಕೆ ಆದೇಶ ಬಂತು. ಅತ್ತ ಹೋಗುತ್ತಿದ್ದಂತೆ ಚೀನಿಪಡೆಯ ದಾಳಿಗೆ ಲದಾಖಿ ಸ್ಕೌಟ್ಸ್‌ನ ಅನೇಕ ಸೈನಿಕರು ತೀರಿಕೊಂಡಿದ್ದಾರೆ ಅಥವಾ ಕಾಣೆಯಾಗಿದ್ದಾರೆ ಎಂಬ ಸುದ್ದಿ ಬಂತು. ರಿಂಚೆನ್ ಕೈ-ಕೈ ಹಿಸುಕಿಕೊಳ್ಳುತ್ತಿದ್ದ. ಗಡಿಯಿಂದ ದೂರದಲ್ಲಿ ಕುಳಿತವರು ಮನಸ್ಸಿಗೆ ಬಂದ ನಿರ್ಣಯವನ್ನು ತೆಗೆದುಕೊಳ್ಳುತ್ತಿದ್ದರು. ನಿಷ್ಠ ಸೈನಿಕನಾಗಿ ಅದನ್ನು ಪಾಲಿಸುವುದಷ್ಟೇ ಈತನ ಕರ್ತವ್ಯವಾಗಿತ್ತು. ಆದರೂ ಒಬ್ಬನೇ ಕುಳಿತಾಗ ಆಕ್ಸಾಯ್ ಚಿನ್‌ನಲ್ಲಿ ಚೀನಿಯರ ಮೇಲೆ ದಾಳಿ ಮಾಡಿ ತಮ್ಮ ಠಾಣ್ಯವನ್ನು ಮರು ವಶಪಡಿಸಿಕೊಳ್ಳುವ ಕುರಿತಂತೆ ಕನಸು ಕಾಣುತ್ತಿದ್ದ. ಆ ದಿನ ಅವನ ಪಾಲಿಗೆ ಎಂದೂ ಬರಲೇ ಇಲ್ಲ! ಚೀನಿ ಸೈನಿಕರ ದಾಳಿಯನ್ನು ಊಹಿಸದೇ ಕಮ್ಯುನಿಷ್ಟರೊಂದಿಗೆ ಕೈ ಕೈ ಹಿಡಿದು ನರ್ತಿಸುತ್ತಾ ಕುಳಿತಿದ್ದ ನೆಹರೂ ಪಡೆ ಯುದ್ಧ ಸನ್ನದ್ಧವಾಗದ ಸೇನೆಯ ಜವಾನರನ್ನು ಚೀನೀ ಡ್ರ್ಯಾಗನ್‌ಗೆ ಆಹಾರವಾಗಿಸಿಬಿಟ್ಟಿತು. ಕಷ್ಟಪಟ್ಟು ಕಟ್ಟಿದ ಚಾಂದಿನಿ ಪೋಸ್ಟ್ ಅಕ್ಷರಶಃ ಬೂದಿಯಾಗಿಬಿಟ್ಟಿತು! ಸೈನಿಕರು ಒಬ್ಬೊಬ್ಬರೇ ಹತರಾಗಿ ಬಿದ್ದರು. ದೌಲತ್ ಬೇಗ್ ಓಲ್ಡಿಯನ್ನು ಚೀನಿಯರು ಎಲ್ಲ ದಿಕ್ಕಿನಿಂದಲೂ ಸುತ್ತುವರಿದರೂ ಸಾಹಸಿ ಸೈನಕರು ಎಂದಿಗೂ ಅದನ್ನು ಚೀನಾಕ್ಕೆ ಶರಣಾಗಿಸದೇ ಉಳಿಸಿಕೊಂಡರು. ಆಗ್ನೇಯ ಲದಾಖಿನಲ್ಲಿ ಚೀನಯರ ದಾಳಿಗೆ ಚಾಂಗ್ಲಾ, ಡೆಮ್‌ಚೋಕ್, ಜಾರಲಾ ವಶವಾಯ್ತು. ನೋಡ-ನೋಡುತ್ತಿದ್ದಂತೆ ರೆಸಾಂಗ್ಲಾ, ಗುರುಂಗ್ ಹಿಲ್, ಮುಗ್ಗರ್ ಹಿಲ್ ಚೀನಯರ ತೆಕ್ಕೆಗೆ ಬಿತ್ತು. ಚೀನಾ ಏಕಪಕ್ಷೀಯವಾಗಿ ಆಶ್ಚರ್ಯವೆಂಬಂತೆ ಕದನ ವಿರಾಮ ಘೋಷಿಸಿದ್ದರಿಂದ ನೆಹರೂ ಮಾನವುಳಿಸಿಕೊಂಡರು. ರಿಂಚೆನ್ ಸೇನಾ ಮೆಡಲ್ ಗೌರವಕ್ಕೆ ಪಾತ್ರನಾದ.

ಸೇನಾ ಮೆಡಲ್ ಬಂದಿದ್ದೇನೋ ನಿಜ. ಆದರೆ ರಿಂಚೆನ್‌ಗೆ ಖಂಡಿತವಾಗಿಯೂ ತೃಪ್ತಿಯಿರಲಿಲ್ಲ. ಆತನೇ ಹೇಳಿಕೊಳ್ಳುತ್ತಿದ್ದ '1948ರಲ್ಲಿ

ಯುದ್ಧ ಮಾಡುವುದು ಮೋಜಾಗಿತ್ತು. ಕಡಿದಾದ ಬೆಟ್ಟವನ್ನು ಏರಬೇಕು. ಅಲ್ಲಿ ನಿಂತು ಶತ್ರುಗಳ ಬಂಕರ್ ಅನ್ನು ಹುಡುಕಾಡಬೇಕು. ಅಲ್ಲಿಯವರೆಗೂ ಉರುಳಿಕೊಂಡು ಹೋಗಿ ಹತ್ತಿರದಲ್ಲಿ ನಿಂತು ಗ್ರೆನೇಡ್ ಎಸೆಯಬೇಕು. ಸಿಡಿದು ಹೋಗುವ ಬಂಕರ್‌ಗಳು ಮತ್ತು ಅದರೊಳಗಿಂದ ಏಟು ತಿಂದು ನರಳುತ್ತಿರುವ ಸೈನಿಕರ ಸದ್ದುಗಳನ್ನು ಕೇಳಬೇಕು. ಕೊನೆಗೆ ಒಳಗೆ ನುಗ್ಗಿ ಬಾಯೋನೆಟ್ಟುಗಳಿಂದ ಇರಿದು ಕೊಲ್ಲಬೇಕು. ಅಳಿದುಳಿದ ಸೈನಿಕರನ್ನು ಬಂಧಿಸಬೇಕು, ತಪ್ಪಿಸಿಕೊಂಡು ಹೋಗುತ್ತಿರುವವರನ್ನು ಅಟ್ಟಿಸಿಕೊಂಡು ಹೋಗಿ ಕೊಲ್ಲಬೇಕು. ಎಲ್ಲ ಮುಗಿದ ಮೇಲೆ ಬಂಕರ್ ಅನ್ನು ತೆಕ್ಕೆಗೆ ಪಡೆದುಕೊಂಡು ಅಲ್ಲಿ ಪಾಕಿಸ್ತಾನಿಯರು ಬಿಟ್ಟು ಹೋದ ಆಹಾರ ಸಾಮಾಗ್ರಿಗಳನ್ನು ಬಳಸಿಕೊಂಡು ಒಳ್ಳೆಯ ಅಡುಗೆ ಮಾಡಿ ಗಡದ್ದಾಗಿ ಊಟ ಮಾಡಬೇಕು. ಹಾಗಿತ್ತು ಆ ಯುದ್ಧ'! 62ರ ಕದನ ಖಂಡಿತ ಹಾಗಿರಲಿಲ್ಲ. ನಮ್ಮ ನಾಯಕರುಗಳು ತಲೆ ಕೆಟ್ಟವರಾಗಿದ್ದರು. ಅವರ ಪ್ರಭಾವಕ್ಕೆ ಒಳಗಾದ

ಗೂಢಚರ್ಯ ಸಂಸ್ಥೆಗಳು ಸತ್ತೇ ಹೋಗಿದ್ದವು. ಕಾರಕೋರಂ ಗಾರ್ಡ್ಸ್ ಅನ್ನು ನಿರ್ಮಿಸಬೇಕೆಂಬ ರಿಂಚೆನ್‌ನ ಸಲಹೆಯನ್ನು ಬಲು ಹಿಂದೆಯೇ ತಳ್ಳಿ ಹಾಕಲಾಗಿತ್ತು. ಒಂದೇ ಮಾತಿನಲ್ಲಿ ಹೇಳುವುದಾದರೆ ಆ ಭಾಗದ ಒಂದೊಂದು ಗಲ್ಲಿಯ ಅರಿವಿದ್ದ ರಿಂಚೆನ್ ಅನ್ನು ಸೇನೆಯ ಕ್ರಮಾಗತ ವ್ಯವಸ್ಥೆ ಹಿಂಡಿ ಹಿಪ್ಪೆ ಮಾಡಿಬಿಟ್ಟಿತ್ತು. ಅದರ ಪರಿಣಾಮವಾಗಿ ಇಡಿಯ ರಾಷ್ಟ್ರ 62 ರ ಯುದ್ಧದಲ್ಲಿ ಅಸಹ್ಯಕರವಾದ ಅಪಮಾನವನ್ನು ಎದುರಿಸಬೇಕಾಯ್ತು. ಇಂದಿಗೂ ಅದನ್ನು ಹೆಗಲಮೇಲೆ ಹೊತ್ತುಕೊಂಡೇ ತಿರುಗಾಡುತ್ತಿದ್ದೇವೆ!

ಅಧ್ಯಾಯ 7

ಶತ್ರುಗಳ ಹೊಕ್ಕುಳಲ್ಲೂ ನಡುಕ!

1962ರ ಭಾರತ–ಚೀನಾ ಯುದ್ಧದಲ್ಲಿ ಭಾರತದ ಪರಿಸ್ಥಿತಿಯನ್ನು ಗಮನಿಸಿದ ಪಾಕಿಸ್ತಾನದ ಯುದ್ಧಾಕಾಂಕ್ಷೆ ಗರಿಗೆದರಿಬಿಟ್ಟಿತು. ವಾಸ್ತವವಾಗಿ ಭಾರತ ಮತ್ತು ಪಾಕಿಸ್ತಾನಗಳು ಜೊತೆಯಾಗಿ ಚೀನಾದ ಆಕ್ರಮಕ ನೀತಿಗಳನ್ನು ವಿರೋಧಿಸಬೇಕಿತ್ತು. ಆದರೆ 1962ರಲ್ಲಿ ಭಾರತ–ಚೀನಾ ಸಂಬಂಧಗಳು ಹದಗೆಡುತ್ತಿದ್ದಂತೆ ಪಾಕಿಸ್ತಾನದೊಂದಿಗೆ ತನ್ನ ಬಾಂಧವ್ಯವನ್ನು ಚೀನಾ ಕುದುರಿಸಿಕೊಳ್ಳಲಾರಂಭಿಸಿತು. 1963ರಲ್ಲಿ ಚೀನಾದೊಂದಿಗೆ ಒಪ್ಪಂದವೊಂದಕ್ಕೆ ಸಹಿ ಹಾಕಿದ ಪಾಕಿಸ್ತಾನ ಪಾಕ್ ಆಕ್ರಮಿತ ಕಾಶ್ಮೀರದಲ್ಲಿ ಚೀನಾಕ್ಕೊಂದು ನೆಲೆ ಮಾಡಿಕೊಟ್ಟಿತು. ಚೀನಾದ ಭರವಸೆಯ ಮೇಲೆ ಪಾಕಿಸ್ತಾನದ ಅಧ್ಯಕ್ಷ ಅಯೂಬ್ ಖಾನ್ ಕಾಶ್ಮೀರದ ವಿಚಾರವನ್ನು ಮತ್ತೆ ಕೆದಕಲಾರಂಭಿಸಿದ. ಭಾರತವನ್ನು ದ್ವೇಷಿಸಿರಿ ಎಂಬ ಆತನ ಚಿಂತನೆ ಪಾಕಿಸ್ತಾನವನ್ನು ಆವರಿಸಿಕೊಳ್ಳಲಾರಂಭಿಸಿತು. ನೆಹರೂ ತೀರಿಕೊಂಡು ಲಾಲ್‌ಬಹದ್ದೂರ್ ಶಾಸ್ತ್ರಿ ಪ್ರಧಾನಿಯಾದ ಮೇಲಂತೂ ಪಾಕಿಸ್ತಾನಕ್ಕೆ ಹಬ್ಬ. ಲಾಲ್‌ಬಹದ್ದೂರ್ ಶಾಸ್ತ್ರಿಯವರು ಚರಿಷ್ಮಾ ಇಲ್ಲದಿರುವ ನಾಯಕರಾದ್ದರಿಂದ ಜಾಗತಿಕ ಮಟ್ಟದಲ್ಲಾಗಲಿ ಭಾರತದೊಳಗಾಗಲಿ ಅವರ ಬೆಂಬಲಕ್ಕೆ ಯಾರೂ ನಿಲ್ಲಲಾರರು ಎಂದಾತ ನಂಬಿಕೊಂಡುಬಿಟ್ಟಿದ್ದ. ಹೀಗಾಗಿಯೇ 'ಕಾಶ್ಮೀರ ಸಮಸ್ಯೆಯ ಪರಿಹಾರವಾಗದ ಹೊರತು ಭಾರತದೊಂದಿಗೆ ಶಾಂತಿಯ ಮಾತುಗಳನ್ನು ನಾನು ಆಡಲಾರೆ' ಎಂದು ಶಾಸ್ತ್ರಿಯವರಿಗೆ ಮುಲಾಜಿಲ್ಲದೇ ಹೇಳಿದ್ದ. ಅದರೊಟ್ಟಿಗೆ ಭಾರತದೊಳಗೆ ಭಯೋತ್ಪಾದಕರನ್ನು ನುಸುಳಿಸುವುದು ಮತ್ತು ಪೂರ್ಣ ಪ್ರಮಾಣದ ದಾಳಿಯನ್ನು ನಡೆಸಿ ಪಾಕಿಸ್ತಾನ ಸೇನೆಯನ್ನು ಭಾರತದೊಳಕ್ಕೆ ನುಗ್ಗಿಸುವುದು. ಈ ಯೋಜನೆಗಳ ಆಧಾರದ ಮೇಲೆ ಆತ ಯುದ್ಧ ತಯಾರಿ ನಡೆಸಿದ. ಎಲ್ಲವೂ ಸರಿಯಾಗಿಯೇ ಇತ್ತು. ಆದರೆ ಭಾರತದ ಪ್ರಧಾನಿ ನೆಹರೂ ಅಲ್ಲ ಎಂಬುದನ್ನಷ್ಟೇ ಆತ ಮರೆತುಹೋಗಿದ್ದ!

ಲಾಲ್‌ಬಹದ್ದೂರ್ ಶಾಸ್ತ್ರಿ ಇವನೆಂದುಕೊಂಡಷ್ಟು ಅಳ್ಳೆದೆಯ ವ್ಯಕ್ತಿತ್ವದವರಾಗಿರಲಿಲ್ಲ. ಪಾಕಿಸ್ತಾನ ಭಾರತದ ಮೇಲೆ ದಾಳಿ ನಡೆಸುವ ಪ್ರಯತ್ನ ಮಾಡುತ್ತಿದೆ ಎಂದು ಗೊತ್ತಾದೊಡನೆ 'ರಕ್ಷಣಾತ್ಮಕವಾಗಿಯಷ್ಟೇ ಇರಬೇಕಾದ ಅಗತ್ಯವಿಲ್ಲ. ಬೇಕೆನಿಸಿದರೆ ನೀವು ಪಾಕಿಸ್ತಾನದೊಳಕ್ಕೆ ನುಗ್ಗಿದರೂ ನನ್ನ ಅಭ್ಯಂತರವಿಲ್ಲ' ಎಂದು ಉದ್ಘೋಷಿಸಿದ ಶಾಸ್ತ್ರಿಜಿ ಜಾಗತಿಕ ಮಟ್ಟದಲ್ಲಿ 'ನಾನು ಉತ್ತರ ಕೊಟ್ಟುಕೊಳ್ಳುತ್ತೇನೆ' ಎಂದು ಸೈನಿಕರಿಗೆ ಭರವಸೆ ತುಂಬಿದ್ದರು. 1965ರಲ್ಲಿ ಯುದ್ಧದ ಕಾರ್ಮೋಡಗಳು ಘನೀಭವಿಸುತ್ತಿದ್ದಂತೆ ಚೆವಾಂಗ್ ರಿಂಚೆನ್‌ನ ಕೊರತೆ ಎದ್ದು ಕಾಣುತ್ತಿತ್ತು. ಆಗ ಆತ ಲದಾಖಿ ಸ್ಕೌಟ್ಸ್‌ನ ನಾಯಕನಾಗಿ ಕ್ಯಾಪ್ಟನ್ ರಿಂಚೆನ್ ಎನಿಸಿಕೊಂಡಿದ್ದ. ಚೀನೀ ಸೈನಿಕರ ತಂಟೆ ತಕರಾರನ್ನು ಎದುರಿಸುತ್ತಾ ದೌಲತ್ ಬೇಗ್ ಓಲ್ಡಿಯಲ್ಲಿದ್ದ. ಜುಲೈನ ಒಂದು ದಿನ 4500 ಮೀಟರ್ ಎತ್ತರದ ಗುಡ್ಡವೊಂದರ ಮೇಲೆ ರಿಂಚೆನ್ ತನ್ನ ತರುಣರ ಜೊತೆಗೂಡಿ ವಾಲಿಬಾಲ್ ಆಡುತ್ತಿದ್ದಾಗ ಮುಖ್ಯ ಕಛೇರಿಯಿಂದ ಅವನಿಗೊಂದು ತುರ್ತು ಕರೆ ಬಂತು. ಮತ್ತಿನ್ನೇನು ಮರುದಿನ ಬೆಳಿಗ್ಗೆ 4 ಗಂಟೆಗೆ ರಿಂಚೆನ್ ಮೇಲಿನ ಅಧಿಕಾರಿಯ ಆಜ್ಞೆಯಾದತ್ತ ಹೊರಟೇಬಿಟ್ಟ!

ನುಬ್ರಾ ಕಣಿವೆಯ ಸೈನ್ಯದ ಜವಾಬ್ದಾರಿ ಹೊತ್ತ ಕರ್ನಲ್ ಕಪೂರ್ ರಿಂಚೆನ್‌ನ ಕಂಡೊಡನೆ ಎದೆ ಉಬ್ಬಿಸಿಕೊಂಡರು. 'ನುಬ್ರಾದ ನನ್ನ ಪ್ರಿಯ ಹುಲಿಯೇ ಇಷ್ಟು ವೇಗವಾಗಿ ನೀನು ಬಂದು ಸೇರಿರುವುದನ್ನು ಕಂಡು ನನಗೆ ಆನಂದವಾಗಿದೆ. ಆದರೆ ದೌಲತ್ ಬೇಗ್ ಓಲ್ಡಿಯಿಂದ ಇಲ್ಲಿಯವರೆಗೂ ಇಷ್ಟು ವೇಗವಾಗಿ ಬರಲು ಸಾಧ್ಯವಾಗಿದ್ದಾದರೂ ಹೇಗೆ ಎಂಬುದೇ ನನಗೆ ಉತ್ತರಿಸಲಾಗದ ಪ್ರಶ್ನೆ' ಎಂದರು. ಮೇಲಧಿಕಾರಿಗಳು ಈ ಮಾತನ್ನು ವ್ಯಂಗ್ಯವಾಗಿ ಹೇಳುತ್ತಿರಬಹುದೆಂದು ಭಾವಿಸಿದ ರಿಂಚೆನ್ ಬಲು ಮುಗ್ಧವಾಗಿ, 'ಈ ಐದು ದಿನ ಐದು ರಾತ್ರಿಗಳಲ್ಲಿ ಎಲ್ಲಿಯೂ ನಿಲ್ಲದಂತೆ ಉಸಿರು ಕಟ್ಟಿಕೊಂಡು ಬಂದಿದ್ದೇನೆ. ನನ್ನ ಊರು ಸುಮೂರ್‌ನಲ್ಲಿ ಮಾತ್ರ ಸ್ವಲ್ಪ ಸಮಯ ಕಳೆದು ಹೆಂಡತಿ–ಮಕ್ಕಳು, ಅಪ್ಪ–ಅಮ್ಮ ಅವರನ್ನು ಭೇಟಿಮಾಡಿ ಬಿಸಿಯಾದ ಊಟ ಉಂಡು ಬಂದಿದ್ದೇನೆ. ಒಂದು ನಿಮಿಷವೂ ಎಲ್ಲಿಯೂ ಸಮಯ ವ್ಯರ್ಥ ಮಾಡಿಲ್ಲ' ಎಂದು ಸಮಜಾಯಿಷಿ ಕೊಟ್ಟ. ಕರ್ನಲ್ ಕಪೂರ್ ರಿಂಚೆನ್‌ಗೆ ಒಂದು ನಗೆ ಕೊಟ್ಟು 'ನಾನು ಮಾಡಬೇಕೆಂದಿರುವ

ಕಾರ್ಯಕ್ಕೆ ನನಗೆ ನುಬ್ರಾದ ಹುಲಿ ರಿಂಚೆನ್‌ನೇ ಬೇಕು ಎಂದು ಮೇಲಧಿಕಾರಿಗಳಿಗೆ ಕೇಳಿಕೊಂಡಿದ್ದೆ' ಎಂದು ಬೆನ್ತಟ್ಟಿದ್ದರು! ತಕ್ಷಣವೇ ಮೂರು ಕಾರ್ಯಗಳು ಆತನ ಹೆಗಲೇರಿದವು. 1000 ಜನ ಸ್ವಯಂಸೇವಕರಿಗೆ ತರಬೇತಿ ನೀಡಿ ನುಬ್ರಾ ಗಾರ್ಡ್ಸ್ ಅನ್ನು ತಯಾರು ಮಾಡಬೇಕು. ಬೈಗ್ಡಾಂಗ್ಡೋ ಕ್ಷೇತ್ರದಲ್ಲಿ ಪಾಕಿಸ್ತಾನಿಯರು ಒಳಗೆ ನುಸುಳಿದ್ದಾರಾ ಎಂಬುದನ್ನು ಪರೀಕ್ಷಿಸಬೇಕಿತ್ತು. ಭಾರತೀಯರು ಈ ನಡುವೆ ವಶಪಡಿಸಿಕೊಂಡಿದ್ದ ಬ್ಲಾಕ್‌ರಾಕ್ ಕೋಟೆಯ ಮೇಲೆ ನಿರಂತರವಾಗಿ ಆಕ್ರಮಿಸುತ್ತಿರುವ ಪಾಕಿ ಸೈನ್ಯವನ್ನು ತಡೆಯಬೇಕು. ರಿಂಚೆನ್ ತಡಮಾಡದೇ ತನಗೆ ಕೊಟ್ಟ ಕೆಲಸವನ್ನು ಒಂದೊಂದಾಗಿ ಮುಗಿಸಿದ. ಸಂತೃಪ್ತರಾದ ಕರ್ನಲ್ ಕಪೂರ್ ರಿಂಚೆನ್‌ನನ್ನು ಕರೆದು ಶತ್ರುಗಳ ಸಂಖ್ಯೆ, ಅವರ ಬಳಿಯಿರುವ ಶಸ್ತ್ರಾಸ್ತ್ರಗಳು ಮತ್ತು ಅವರಿಗೆ ಆಹಾರ ಪೂರೈಕೆಯಾಗುತ್ತಿರುವ ಜಾಗಗಳ ಕುರಿತಂತೆ ಸಂಪೂರ್ಣ ಮಾಹಿತಿ ತರುವಂತೆ ಆದೇಶಿಸಿದರು. ಎತ್ತರದ ಗುಡ್ಡವನ್ನು ನಂಬಿಕಸ್ಥ ಸೈನಿಕರೊಂದಿಗೆ ಏರಿದ ರಿಂಚೆನ್ ಅಲ್ಲಿಂದ ಪಾಕಿ ಪಡೆಗಳ ಹತ್ತಿರದವರೆಗೂ ಹೋಗಿ ಸ್ಥಳೀಯರನ್ನು ವಿಶ್ವಾಸಕ್ಕೆ ತೆಗೆದುಕೊಂಡು ಬೇಕಾದ ಮಾಹಿತಿಯನ್ನು ಸಂಗ್ರಹಿಸಿಕೊಂಡು ಬಲು ಬೇಗ ಮರಳಿಬಂದ. ಈಗ ರಿಂಚೆನ್ ನುಬ್ರಾ ಗಾರ್ಡ್ಸ್ ನಿರ್ಮಾಣದಲ್ಲಿ ತನ್ನ ಪೂರ್ಣ ಸಾಮರ್ಥ್ಯವನ್ನು ಹಾಕಲಾರಂಭಿಸಿದ. ಸಂಖ್ಯೆ ಸೇರಿಸುವುದು ದೊಡ್ಡದಲ್ಲ, ಆದರೆ ಅವರಿಗೆ ಸೂಕ್ತ ತಯಾರಿ ನೀಡುವುದು ಮುಖ್ಯ. 1948ರಲ್ಲಿ ತಾರುಣ್ಯದ ಹೊಸ್ತಿಲಲ್ಲಿದ್ದ ರಿಂಚೆನ್ ತನ್ನ ಗೆಳೆಯರನ್ನೇ ಸೇರಿಸಿಕೊಂಡು ಭಾರತದ ರಕ್ಷಣೆಗಾಗಿ ಕಟ್ಟಿದ ಸೇನಾ ಪಡೆ ಆನಂತರದ ದಿನಗಳಲ್ಲಿ ಬಲು ಹೆಸರು ವಾಸಿಯಾಯ್ತು. ಇಡಿಯ ಕಣಿವೆಯಲ್ಲಿ ಪ್ರತಿಯೊಬ್ಬರೂ ಈ ತರಬೇತಿ ಅಗತ್ಯವೆಂದು ಭಾವಿಸಿದ್ದರು. ಯುದ್ಧದಲ್ಲಿ ಭಾಗವಹಿಸಲಾಗದವರು ಈ ತರುಣ ಪಡೆಗೆ ಅಗತ್ಯವಾಗಿರುವ ವಸ್ತುಗಳನ್ನು ತಲುಪಿಸುವಲ್ಲಿ ತಮ್ಮ ಕೈ ಜೋಡಿಸಿದರು. ಇದಕ್ಕಾಗಿ ಆನಂತರ ಸರ್ಕಾರದಿಂದ ಅವರು ಪಡೆದುಕೊಂಡಿದ್ದು ಸಾಂಕೇತಿಕವಾದ ಸಂಭಾವನೆ ಮಾತ್ರ. ಈಗ ಮತ್ತೊಮ್ಮೆ ಯುದ್ಧದ ಸಾಧ್ಯತೆಗಳು ಕಂಡು ಬಂದೊಡನೆ ನುಬ್ರಾ ಕಣಿವೆ ಚುರುಕಾಗಿಬಿಟ್ಟಿತ್ತು. ಅದರಲ್ಲೂ ಅವರೆಲ್ಲರ ಪಾಲಿನ ಹೀರೋ ರಿಂಚೆನ್ ಅಲ್ಲಿಗೆ ಬಂದಿದ್ದಾನೆ ಎಂದು ಗೊತ್ತಾದೊಡನೆ ಜನ ನೂರು ಪಟ್ಟು ಉತ್ಸಾಹದಿಂದ ತರಬೇತಿಗೆ ಬರಲಾರಂಭಿಸಿದರು. ಆಗಸ್ಟ್ ತಿಂಗಳ

ಮಧ್ಯಭಾಗದ ವೇಳೆಗೆ ಲದಾಖಿ ಸ್ಕೌಟ್ಸ್ ಆಧುನಿಕ ಶಸ್ತ್ರಾಸ್ತ್ರಗಳೊಂದಿಗೆ ಮತ್ತು ಗುಡ್ಡ–ಬೆಟ್ಟಗಳ ಯುದ್ಧ ತಂತ್ರದೊಂದಿಗೆ ಸಿದ್ಧವಾಗಿ ನಿಂತಿತ್ತು. ಕರ್ನಲ್ ಕಪೂರ್ ಈ ಪಡೆಯನ್ನು ಬಳಸಿಕೊಂಡು ಪಾಕಿಸ್ತಾನದ ವಶದಲ್ಲಿರುವ ತುರ್ತುಕ್ ಅನ್ನು ವಶಪಡಿಸಿಕೊಳ್ಳಬೇಕೆಂದು ಯೋಜನೆ ರೂಪಿಸಿದ್ದರು. ಆದರೆ ಈ ಧಾವಂತದಲ್ಲಿ ದೌಲತ್–ಬೇಗ್ ಓಲ್ಡಿಯನ್ನು ಮರೆಯುವಂತಿರಲಿಲ್ಲ. ಪಾಕಿಸ್ತಾನಿಯರೊಂದಿಗೆ ಒಪ್ಪಂದ ಮಾಡಿಕೊಂಡು ಭಾರತವನ್ನು ಎಲ್ಲ ದಿಕ್ಕಿನಿಂದಲೂ ಹಣಿಯಬೇಕೆಂದು ಕಾಯುತ್ತಿದ್ದ ಚೀನಾ ದೌಲತ್ ಬೇಗ್ ಓಲ್ಡಿಯನ್ನು ವಶಪಡಿಸಿಕೊಂಡೇಬಿಟ್ಟರೂ ಅಚ್ಚರಿಯಿರಲಿಲ್ಲ. ಅತ್ತ ಚೀನಾ ಭಾರತ ಪಾಕಿಸ್ತಾನದೊಂದಿಗೆ ಯುದ್ಧದಲ್ಲಿ ಹಿನ್ನಡೆ ಅನುಭವಿಸಲೆಂದು ಸಣ್ಣದೊಂದು ತಂಟೆ ಮಾಡಿತು. ದೌಲತ್ ಬೇಗ್ ಓಲ್ಡಿಯಲ್ಲಿ ಗುಂಡಿನ ದಾಳಿ ನಡೆಸಿ ಭಾರತೀಯ ಸೇನೆ ಪತರಗುಟ್ಟುವಂತೆ ಮಾಡಿತು. ಈಗ ಮತ್ತೆ ಸೈನ್ಯಕ್ಕೆ ನೆನಪಾದದ್ದು ಚೆವಾಂಗ್ ರಿಂಚೆನ್.

ಪಾಕಿಸ್ತಾನದ ವಿರುದ್ಧ ಹೋರಾಡಲು ಪ್ರಬಲ ಪಡೆಯನ್ನು ಕಟ್ಟಿ ಯುದ್ಧಕ್ಕೆ ಅವರನ್ನು ಸಿದ್ಧಮಾಡಿಸಿಟ್ಟಿದ್ದ ರಿಂಚೆನ್ ಈಗ ಸೈನ್ಯದ ಆದೇಶದ ಮೇರೆಗೆ ಮರಳಿ ದೌಲತ್ ಬೇಗ್ ಓಲ್ಡಿಗೆ ಹೋಗಬೇಕಾಯ್ತು. ಚೀನಾದ ದಾಳಿಯನ್ನು ಅಲ್ಲಿ ಹಿಮ್ಮೆಟ್ಟಿಸಿ ಅವರಿಗೆ ಮೂಗುದಾರ ಹಾಕಬಲ್ಲಂತಹ ಯೋಜನೆಗಳನ್ನು ರೂಪಿಸಬಲ್ಲ ಸಾಮರ್ಥ್ಯ ಇದ್ದಿದ್ದು ರಿಂಚೆನ್‌ಗೇ! ಮರುಮಾತಿಲ್ಲದೇ ಸೈನ್ಯದ ಆದೇಶವನ್ನು ಪಾಲಿಸಲು ಆತ ಹೊರಟೇಬಿಟ್ಟ. ಕರ್ನಲ್ ಕಪೂರ್‌ರವರ ಮಾತುಗಳನ್ನೇ ಇಲ್ಲಿ ಉಲ್ಲೇಖಿಸುವುದು ಯುಕ್ತವೆನಿಸುತ್ತದೆ. 'ಬಹುಶಃ ಅದು ಸಪ್ಟೆಂಬರ್ 21 ಇರಬಹುದು. ರಿಂಚೆನ್ ಫರತಾಪುರದಿಂದ 15 ಕಿಲೋಮೀಟರ್ ದೂರದಲ್ಲಿ ತನ್ನ ಪಡೆಯೊಂದಿಗೆ ನಿಂತಿದ್ದ. ಅವನ ಪಡೆಯನ್ನು ತುರ್ತಾಗಿ ದೌಲತ್ ಬೇಗ್ ಓಲ್ಡಿಗೆ ಕಳಿಸುವಂತೆ ಆಜ್ಞೆ ಬಂತು.

28ರ ವೇಳೆಗೆ ಅಲ್ಲಿ ಈ ಪಡೆ ಇರಬೇಕೆಂದು ಮೇಲಿನಿಂದ ಆದೇಶವಾಗಿತ್ತು. ಸಾಧಾರಣವಾಗಿ 15 ದಿನಗಳ ಯಾತ್ರೆಯ ಈ ದೂರವನ್ನು ಅದರ ಅರ್ಧದಷ್ಟು ಸಮಯದಲ್ಲಿ ತಲುಪಬೇಕಿತ್ತು. ರಿಂಚೆನ್ ಅಲ್ಲದೇ ಮತ್ಯಾರೂ ಈ ಸವಾಲಿಗೆ ಸಿದ್ಧರಾಗುವಂತಿರಲಿಲ್ಲ. ಆತ ಇರುವ ಎಲ್ಲ ಉಪಾಯಗಳನ್ನು ಬಳಸಿಕೊಂಡು ನಾಲ್ಕೇ ದಿನಗಳಲ್ಲಿ ತಲುಪಬೇಕಾಗಿದ್ದ ಜಾಗವನ್ನು ಸೇರಿಬಿಟ್ಟಿದ್ದ! ಮುಖ್ಯ ಕಛೇರಿಯವರೂ ಕೂಡ ಈ ಸುದ್ದಿಯನ್ನು ಕೇಳಿ ಅಚ್ಚರಿಗೊಳಗಾಗಿಬಿಟ್ಟಿದ್ದರು'. ರಿಂಚೆನ್ ಏನೆಂಬುದಕ್ಕೆ ಇದಕ್ಕಿಂತಲೂ ಹೆಚ್ಚಿನ ಮಾತೇನು ಹೇಳುವ ಅಗತ್ಯವಿಲ್ಲ.

ಯುದ್ಧಕ್ಕೆ ಸನ್ನದ್ಧರೆಂಬಂತೆ ಬಿಂಬಿಸಿಕೊಂಡ ಚೀನಾದವರು ಈ ಹೊಸ ಭಾರತ 1962ರ ಭಾರತವಲ್ಲ ಎಂಬುದನ್ನು ಸ್ಪಷ್ಟವಾಗಿ ಅರಿತಿದ್ದರು. ಸೇನೆ ಹಳೆಯದ್ದೇ. ಆದರೆ ಅದಕ್ಕೆ ಪ್ರೇರಣೆ ತುಂಬಿ ಮುಕ್ತ ವಾತಾವರಣವನ್ನು ನಿರ್ಮಿಸಿಕೊಡಬಲ್ಲ ನಾಯಕ ಮಾತ್ರ ಹೊಸಬ ಬಂದಿದ್ದ. ಶಾಸ್ತ್ರಿಜೀ ಶತ್ರುಗಳೆಲ್ಲರ ಲೆಕ್ಕಾಚಾರವನ್ನು ತಲೆಕೆಳಗು ಮಾಡಿಬಿಟ್ಟಿದ್ದರು. ಯುದ್ಧದ ಕಾರ್ಮೋಡಗಳು ತೀರಿದ ಮೇಲೆ ಕರ್ನಲ್ ಕಪೂರ್ ರಿಂಚೆನ್‌ಗೆ ಪತ್ರವೊಂದನ್ನು ಬರೆದರು. 'ದೊಡ್ಡ ಹುಲಿಯಿಂದ ನುಬ್ರಾದ ಹುಲಿಗೆ. ನಾನು

ಧೀರ ನುನ್ನುಗಳ ಕುರಿತಂತೆ ಅಭಿಮಾನ ಹೊಂದಿದ್ದೇನೆ (ಲದಾಖಿ ಸೈನಿಕರ ಪ್ರಿಯವಾದ ಹೆಸರು). ನೀವೆಲ್ಲರೂ ಅದ್ಭುತವಾದ ಕೆಲಸವನ್ನು ಮಾಡಿದ್ದೀರಿ. ನಮ್ಮ ಗಡಿಗಳು ಸದೃಢವಾದ ಕೈಗಳಲ್ಲಿ ಸುರಕ್ಷಿತವಾಗಿವೆ. ಈ ಬಾರಿ ಚೀನಿಯನ್ನರು ನಾಟಕ ಮಾಡಲು ಬಂದರೆ ನಿನ್ನ ನಾಯಕತ್ವದ ಪಡೆ ಅವರಿಗೆ ಸಮರ್ಥವಾದ ಉತ್ತರ ನೀಡಬಲ್ಲದೆಂಬುದನ್ನು ನಾನು ಬಲ್ಲೆ. ಬಾಲ್ಟಿಸ್ತಾನದಿಂದ ಕಾರಕೋರಂಗೆ ನೀನು ಸಾಗಿದ ರೀತಿ ಭಾರತೀಯ ಯುದ್ಧ ಇತಿಹಾಸದಲ್ಲಿ ಅಚ್ಚಳಿಯದಂತೆ ಉಳಿಯುತ್ತದೆ. ನಿನ್ನ ಈ ವೇಗವನ್ನು ಜಗತ್ತಿನ ಯಾವುದಾದರೂ ಸೇನಾ ತುಕಡಿ ಸರಿದೂಗಿಸಬಲ್ಲದೆಂಬುದೇ ನನಗೆ ಅನುಮಾನ. 5640 ಮೀಟರ್ ಎತ್ತರದ ಸಾಸೇರ್‌ಲಾ ಗುಡ್ಡವನ್ನು –40 ಡಿಗ್ರಿ ತಾಪಮಾನದಲ್ಲಿ ಅಷ್ಟು ವೇಗವಾಗಿ ದಾಟುವುದೆಂದರೆ ಬರಿ ದೈಹಿಕ ಸಾಮರ್ಥ್ಯವಷ್ಟೇ ಅಲ್ಲ ಮಾನಸಿಕವಾದ ದೃಢತೆಯೂ ಬೇಕು. ಉತ್ತರ ಆಫ್ರಿಕಾ, ಬರ್ಮಾ ಮೊದಲಾದವೆಡೆಗಳಲ್ಲಿ 24 ವರ್ಷಗಳ ಕಾಲ ಸೇವೆ ಸಲ್ಲಿಸಿರುವ ನಾನು ನಿಮ್ಮಂಥ ಸೈನಿಕರನ್ನು ನೋಡಿಯೇ ಇಲ್ಲ!'. ಹಿರಿಯ ಅಧಿಕಾರಿಯೊಬ್ಬರಿಂದ ಈ ಪರಿಯ ಅಭಿಮಾನದ ಮಾತುಗಳನ್ನು ಕೇಳಿದ ರಿಂಚೆನ್ ಈ ಪತ್ರ ಓದುವಾಗ ಹೇಗೆ ಪ್ರತಿಕ್ರಿಯಿಸಿರಬಹುದು ಎಂಬುದು ಈಗಲೂ ರೋಮಾಂಚನ ಕೊಡಬಹುದಾದ ಕಲ್ಪನೆ.

ಯುದ್ಧದ ಕಾರ್ಮೋಡಗಳು ಅಳಿದ ಮೇಲೆ ಮತ್ತೆ ಕೆಳಕ್ಕೆ ಬಂದ ರಿಂಚೆನ್ ಕರ್ನಲ್ ಕಪೂರ್‌ರವರೊಂದಿಗೆ ಸೇರಿ ಸ್ಥಳೀಯರಿಗಾಗಿ ಆಸ್ಪತ್ರೆಗಳನ್ನು ಕಟ್ಟಲು, ಸಿನಿಮಾ ಮಂದಿರಗಳನ್ನು, ಹೊಟೆಲುಗಳನ್ನು ನಿರ್ಮಿಸಿಕೊಡಲು ಕೊನೆಗೆ 10,000 ಗಿಡಗಳನ್ನು ನೆಟ್ಟು ಇಡಿಯ ಕಣಿವೆಯ ಸೌಂದರ್ಯವನ್ನು ಹೆಚ್ಚಿಸಲು ಜೊತೆಗೂಡಿಸಿದ. ಕಪೂರ್ ಮತ್ತು ರಿಂಚೆನ್ ಕಣಿವೆಯನ್ನು ಸ್ವರ್ಗವಾಗಿಸಿಬಿಟ್ಟರು! ಜನರ ಅಗತ್ಯ ಪೂರೈಸಲೆಂದು ಅಣೆಕಟ್ಟು ನಿರ್ಮಿಸಿಕೊಟ್ಟರು. ರಸ್ತೆಯನ್ನು ತಮಗಿರುವ ವ್ಯವಸ್ಥೆಯಲ್ಲೇ ನಿರ್ಮಿಸಿದರು. ಕೊನೆಗೆ ಸ್ಥಳೀಯ ಲಾಮಾಗಳ ಸಹಾಯ ಪಡೆದು ಗೋಂಪಾ ಕೂಡ ಕಟ್ಟಿದರು. ರಿಂಚೆನ್ ಬದುಕಿನ ಬಹುಶಃ ಶ್ರೇಷ್ಠ ಕಾಲಘಟ್ಟ ಇರಬಹುದು. ಯಾವ ರಿಂಚೆನ್ ಅಧ್ಯಯನ ಮುಗಿಸದೇ ಸೇನೆಗೆ ಸೇರುವುದನ್ನು ಅವನ ಜೊತೆಗಾರರು, ಹಿರಿಯರು ವಿರೋಧಿಸಿದ್ದರೋ ಅದೇ ರಿಂಚೆನ್ ಈಗ ತನ್ನವರಿಗಾಗಿ ಯಾರೂ ಮಾಡಲಾಗದ ಕೆಲಸವನ್ನು ಮಾಡುತ್ತಿದ್ದ.

ಹಾಗೆ ನೋಡಿದರೆ ಈ ಯುದ್ಧದಲ್ಲಿ ರಿಂಚೆನ್ ಶತ್ರು ಪಾಳಯದ ವಿರುದ್ಧ ಒಂದಾದರೂ ಗುಂಡು ಹಾರಿಸಿದ್ದು ಅಧಿಕೃತವಾಗಿ ದಾಖಲಾಗಲಿಲ್ಲ. ಆದರೆ ಆ ಶತ್ರುಗಳನ್ನು ಬೆಚ್ಚಿ ಬೀಳಿಸಬಲ್ಲ ಸ್ವಯಂಸೇವಕ ಸೈನಿಕರ ಪಡೆಯನ್ನು ತುರ್ತಾಗಿ ನಿರ್ಮಿಸಿದ್ದು, ಚೀನಿಯರು ದಾಳಿ ಮಾಡದಂತೆ ತಡೆದು ಭಾರತೀಯ ಸೇನೆ ಪಾಕಿಸ್ತಾನದೊಂದಿಗೆ ಪೂರ್ಣ ಪ್ರಮಾಣದಲ್ಲಿ ಯುದ್ಧನಿರತವಾಗುವಂತೆ ಮಾಡಿದ್ದು ಅವನ ಸಾಧನೆಯೇ. ಅವನೀಗ ಯುದ್ಧ ಕಲೆಯಲ್ಲೂ ನಿಷ್ಣಾತನಾಗಿದ್ದ. ಶಾಂತಿಯ ವೇಳೆ ಕೈಗೊಳ್ಳಬಹುದಾದ ಚಟುವಟಿಕೆಗಳಲ್ಲೂ ಯಶಸ್ವಿಯಾಗಿದ್ದ! ರಿಂಚೆನ್ ಹೇಳಿದ ಕೆಲಸ ಮಾಡಿದರೆ ಊರಿಗೆ ಒಳ್ಳೆಯದಾಗುತ್ತದೆಂದು ಜನ ಈಗ ಭಾವಿಸಲಾರಂಭಿಸಿದರು. ರಿಂಚೆನ್‌ನ ಹೆಸರು ಮಾತ್ರದಿಂದಲೇ ಸ್ಥಳೀಯರಲ್ಲಿ ಪ್ರೇಮ ಉಕ್ಕಿದರೆ ಪಾಕೀ ಸೈನಿಕರ ಹೊಕ್ಕುಳ ಆಳದಲ್ಲಿ ಕಂಪನ ಉಂಟಾಗುತ್ತಿತ್ತು. ರಿಂಚೆನ್ ಅವರ ಪಾಲಿಗೆ ಮಂಜಿನ ಚಿರತೆಯಾಗಿದ್ದ!

ಅಧ್ಯಾಯ 8

ಸದಾ ಸನ್ನದ್ಧ; ಬೇಕಿದ್ದರೆ ನಡೆಯಲಿ ಯುದ್ಧ

ಕರ್ನಲ್ ಕಪೂರ್ ಅವರೊಂದಿಗೆ ಸೇರಿ ರಿಂಚೆನ್ ಪರ್ತಾಪುರದ ಚಹರೆಯನ್ನೇ ಬದಲಾಯಿಸಿಬಿಟ್ಟಿದ್ದ. ಸ್ಥಳೀಯರ ಪಾಲಿಗೆ ಕಪೂರ್ ಹೆಬ್ಬುಲಿಯಾಗಿದ್ದರೆ ರಿಂಚೆನ್ ಮಂಜಿನ ಚಿರತೆಯಾಗಿದ್ದ. ಇವರಿಬ್ಬರೂ ಸೇರಿದುದರಿಂದಲೇ ಅತ್ಯಂತ ಪ್ರಮುಖವಾದ ಆಯಕಟ್ಟಿನ ಆ ಸ್ಥಳಗಳಲ್ಲಿ ಭಾರತ, ಗಡಿಗೆ ಹೊಂದಿಕೊಂಡಿದ್ದ ಪಾಕ್ ಮತ್ತು ಚೀನಾಗಳಿಗಿಂತ ಬಲಾಢ್ಯವಾಗುವಂತಾಗಿದ್ದು. 1971ರಲ್ಲಿ ಪಾಕಿಸ್ತಾನದೊಂದಿಗಿನ ಯುದ್ಧದಲ್ಲಿ ಭಾರತದ ಕೈ ಮೇಲಾಗಿತ್ತಲ್ಲ ಅದರ ಹಿಂದಿನ ತಯಾರಿ ಇವರಿಬ್ಬರ ಮೂಲಕವೇ ಆಗಿದ್ದು. ಕರ್ನಲ್ ಕಪೂರ್‌ರಂತೂ ಸ್ಥಳೀಯರ ಪ್ರೀತಿಯನ್ನು

ಹೇಗೆ ಗಳಿಸಿಕೊಂಡಿದ್ದರೆಂದರೆ ಅವರು ವರ್ಗಾವಣೆಯಾಗಿ ಹೊರಟಾಗ ಸುಮಾರು 5 ಕಿಲೋಮೀಟರ್‌ಗಳ ಉದ್ದಕ್ಕೆ ಸ್ಥಳೀಯರು ನಿಂತು ಅವರಿಗೆ ವಿದಾಯ ಹೇಳಿದ್ದರು! ಏರ್‌ಫೀಲ್ಡ್‌ನಲ್ಲಿ ಅವರನ್ನು ಭೇಟಿಯಾಗಲು ವೈದ್ಯರು ರೋಗಿಗಳೊಂದಿಗೆ ಬಂದುಬಿಟ್ಟಿದ್ದು ಅತ್ಯಂತ ಭಾವುಕ ಕ್ಷಣವಾಗಿತ್ತು. ಕರ್ನಲ್ ಸಾಹೇಬರನ್ನು ಅಪ್ಪಿಕೊಂಡ ವೈದ್ಯರು, 'ನಮ್ಮವರಿಗಾಗಿ ಇಷ್ಟು ಸುಂದರ

ಆಸ್ಪತ್ರೆ ಕಟ್ಟಿಕೊಟ್ಟವರಿಗೆ ನಾವಿನ್ನೇನು ಮಾಡಲು ಸಾಧ್ಯ' ಎಂದಾಗ ಎಲ್ಲರ ಕಂಗಳೂ ನೀರಾಡಿದ್ದವು. ನುಬ್ರಾದ ರಾಜನಿಲ್ಲದೇ ಪರ್ತಾಪುರ್ ವಿಧವೆಯಂತಾಗಿದೆ ಎಂದು ರಿಂಚೆನ್ ಅನೇಕ ದಿನಗಳ ಕಾಲ ನೊಂದುಕೊಂಡಿದ್ದ. ದುರದೃಷ್ಟವೆಂದರೆ ಕರ್ನಲ್ ಕಪೂರ್‌ರ ಸ್ಥಾನವನ್ನು ತುಂಬಲು ಬಂದ ಅಧಿಕಾರಿ ಅಕ್ಷರಶಃ ಕಪೂರ್‌ರ ವಿರುದ್ಧ ರೀತಿಯಲ್ಲಿ ವರ್ತಿಸಿದರು. ತಮಗಿದ್ದ ಯಾವ ಕೋಪವನ್ನು ನುಬ್ರಾದ ಜನರ ಮೇಲೆ ಅವರು ತೀರಿಸಿಕೊಂಡರೋ ಗೊತ್ತಿಲ್ಲ. ಒಟ್ಟಿನಲ್ಲಿ ಕಪೂರ್ ಎಂಬ ಹೆಸರು ಕೇಳಿದರೆ ಅವರಿಗಾಗುತ್ತಿರಲಿಲ್ಲ. ಎಲ್ಲೆಲ್ಲಿ ಕಪೂರ್ ಹೆಸರಿನ ಫಲಕಗಳು ಕಂಡುಬಂದಿದ್ದವೋ ಅದನ್ನೆಲ್ಲಾ ಅವರು ಮುಲಾಜಿಲ್ಲದೇ ತೆಗೆದು ಬಿಸಾಡಿಸಿದರು. ಅವರು ಮಾಡಿರುವ ಎಲ್ಲ ಕಾರ್ಯಗಳನ್ನು ಹಂತ-ಹಂತವಾಗಿ ನಿಲ್ಲಿಸುತ್ತಾ ಬಂದರು. ಅಷ್ಟೂ ಸಾಲದೆಂಬಂತೆ ಅವರ ಬಲಗೈಯ್ಯಂತಿದ್ದ ರಿಂಚೆನ್ ಮೇಲೆ ಅವರ ಕೋಪ ತಿರುಗಿತು! ಅವರೀಗ ರಿಂಚೆನ್‌ನನ್ನು ಈ ಕಾರಣಕ್ಕಾಗಿಯೇ ಹೆಲಿಕಾಪ್ಟರ್‌ನಲ್ಲಿ ಕುಳ್ಳಿರಿಸಿ ದೇವರೂ ಹೋಗಲಂಜುವ ಟಿಬೆಟ್‌ನ ಗಡಿಗೆ ಹೊಂದಿಕೊಂಡಿರುವ ಪೋಂಗಾಂಗ್ ಸೊ ಸರೋವರವನ್ನು

ಕಾಯಲು ಕಳಿಸಿಬಿಟ್ಟರು. ಇದು ಶಿಕ್ಷೆಯ ರೂಪದ ವರ್ಗಾವಣೆಯಾಗಿತ್ತು. ಕರ್ನಲ್ ಕಪೂರ್‌ರ ಕುರಿತಂತೆ ಹೊಸ ಅಧಿಕಾರಿ ತೋರುತ್ತಿದ್ದ ಅಸಡ್ಡೆಯನ್ನು ಜನ ವಿರೋಧಿಸುತ್ತಿದ್ದುದು ರಿಂಚೆನ್‌ನ ಕಾರಣದಿಂದಾಗಿಯೇ ಎಂಬುದು ಹೊಸ ಅಧಿಕಾರಿಯ ಮನೋಭಾವನೆ. ಅದರ ಪರಿಣಾಮವನ್ನು ರಿಂಚೆನ್ ಅನುಭವಿಸಬೇಕಾಯ್ತು. ಆದರೆ ಈ ಅಧಿಕಾರಿಯ ಪಾಪದ ಕೊಡ ಇನ್ನೂ ತುಂಬಿರಲಿಲ್ಲ. ಕಪೂರರು ನುಬ್ರಾದ ಬೌದ್ಧಾನುಯಾಯಿಗಳಿಗೆಂದು ಕಟ್ಟಿಸಿಕೊಟ್ಟ ಗೋಂಪಾವನ್ನು ಹೊಸ ಅಧಿಕಾರಿ ಅವರಿಂದ ಮರಳಿ ಪಡೆದು ಅದನ್ನು ದಾಸ್ತಾನು ಕೊಠಡಿಯಾಗಿ ಪರಿವರ್ತಿಸಿಬಿಟ್ಟರು. ಅದು ಜನರನ್ನಷ್ಟೇ ಅಲ್ಲದೇ ಸೈನಿಕರನ್ನೂ ರೊಚ್ಚಿಗೆಬ್ಬಿಸಿತು. ಲದಾಖೀ ಸ್ಕೌಟ್ಸ್ ಮತ್ತು ನುಬ್ರಾ ಗಾರ್ಡ್ಸ್ ಸೈನಿಕರು ದಂಗೆ ಎದ್ದರು. ತಕ್ಷಣ ಎಚ್ಚೆತ್ತ ಸೇನೆ ಅಧಿಕಾರಿಯನ್ನು ಮರಳಿ ಕರೆಸಿಕೊಂಡಿತಲ್ಲದೇ ಅವಧಿಗೆ ಮುನ್ನವೇ ಆತನಿಗೆ ನಿವೃತ್ತಿಯನ್ನೂ ಕೊಟ್ಟಿತು! ಆನಂತರ ಬಂದವರೇ ಕರ್ನಲ್ ಉದಯ್‌ಸಿಂಗ್.

ಮೇಲ್ನೋಟಕ್ಕೆ ರಿಂಚೆನ್ ಸೈನ್ಯದ ನಿಯಮಗಳನ್ನು ಗಾಳಿಗೆ ತೂರುತ್ತಾನೆ ಎನಿಸುತ್ತಿದ್ದುದು ನಿಜ. ಅನೇಕ ಬಾರಿ ಅಧಿಕಾರಿಗಳಿಗೆ ಅಲ್ಲಿನ ಸ್ಥಳವನ್ನು ಅಲ್ಲಿನ ಜನರನ್ನು ಅರ್ಥಮಾಡಿಕೊಳ್ಳುವುದು ಕಷ್ಟವಾಗುತ್ತಿದುದರಿಂದ ರೂಲ್‌ಬುಕ್‌ಗಳಲ್ಲಿದ್ದ ನಿಯಮಗಳನ್ನು ಅನುಸರಿಸುವಂತೆ ಮಾಡುವ ಧಾವಂತದಲ್ಲಿ ಇರುತ್ತಿದ್ದರು. ಆದರೆ ರಿಂಚೆನ್ ತನ್ನ ಜನರಿಗೆ ಅರ್ಥವಾಗುವ ರೀತಿಯಲ್ಲಿ ಹೇಳಿ ಅದನ್ನು ಮಾಡಿಸುತ್ತಿದ್ದ. ರಿಂಚೆನ್‌ನನ್ನು ಅರ್ಥಮಾಡಿಕೊಳ್ಳುವ ಮನಸ್ಸಿದ್ದವರಿಗೆ ಮಾತ್ರ ಅವನ ಆಲೋಚನೆ ತಪ್ಪಲ್ಲವೆಂದು ಗೊತ್ತಾಗುತ್ತಿತ್ತು. ಉಳಿದವರಿಗೆಲ್ಲಾ ಆತ ನಿಯಮ ಬಾಹಿರವಾದ ಕೆಲಸವನ್ನು ಮಾಡುತ್ತಾನೆ ಎನಿಸುತ್ತಿರಲು ಸಾಕು. 1962ರಲ್ಲಿ ಒಮ್ಮೆ ಕಾಶ್ಮೀರದ ಕಣಿವೆಯಲ್ಲಿ ಅಧಿಕಾರಿಗಳ ಊಟದ ಕೋಣೆಯಲ್ಲಿ ಕುಳಿತ ರಿಂಚೆನ್‌ಗೆ ಹಿರಿಯ ಅಧಿಕಾರಿಯೊಬ್ಬರು ಬಂದು ವಿಸ್ಕಿಯ ಗ್ಲಾಸ್ ಮುಂದೆ ಹಿಡಿದರು. ನಾಚುತ್ತಾ ರಿಂಚೆನ್ ನನಗೆ ರಮ್ ಕೊಡಬಹುದೇ ಎಂದು ಕೇಳಿದ. ಅಧಿಕಾರಿಗಳ ಊಟದ ಕೋಣೆಯಲ್ಲಿ ರಮ್ ಕೊಡುವ ಪದ್ಧತಿ ಇರಲಿಲ್ಲ. ಚೆವಾಂಗ್ ರಿಂಚೆನ್‌ನನ್ನು ಅರಿತಿದ್ದ ಲೆಫ್ಟಿನೆಂಟ್ ಕರ್ನಲ್ ರಣಜಿತ್‌ಸಿಂಗ್ ಆತನಿಗಾಗಿಯೇ ರಮ್ ತರಿಸಿಕೊಟ್ಟರು. ತಡರಾತ್ರಿಯವರೆಗೂ ಎಲ್ಲಾ

ಅಧಿಕಾರಿಗಳೊಂದಿಗೆ ಮೋಜಿನ ಕೂಟದಲ್ಲಿದ್ದ ರಿಂಚೆನ್ ತನ್ನ ಕೋಣೆಗೆ ಹೋಗಿ ಮಲಗಿದ ಎರಡು ಗಂಟೆಗಳಲ್ಲೇ ತುರ್ತು ಕವಾಯತಿಗಾಗಿ ಎದ್ದು ಬರಬೇಕಾಯ್ತು. ಎದುರಿಗಿರುವ 3000 ಮೀಟರ್ ಎತ್ತರದ ಬೆಟ್ಟವನ್ನು ತೋರಿಸಿದ ರಣಜಿತ್‌ಸಿಂಗರು, 'ಈ ಬೆಟ್ಟವನ್ನು ಹತ್ತಿ ತಂಗ್‌ಧಾರ್ ಕಣಿವೆಯಲ್ಲಿರುವ ಬ್ರಿಗೇಡ್‌ನ ಮುಖ್ಯಾಲಯ ತಲುಪಿಕೊಳ್ಳಬೇಕು. ಆದರಿದು ಬಲು ಕಠಿಣವಾದ ಬೆಟ್ಟ. ಮಹಾ-ಮಹಾ ಬಲಶಾಲಿಗಳು ಈ ಬೆಟ್ಟ ಏರಲಾಗದೇ ಪ್ರಾಣ ಕಳೆದುಕೊಳ್ಳುತ್ತಾರೆ' ಎಂದರು. ತಕ್ಷಣ ನಕ್ಕ ರಿಂಚೆನ್ 'ನನಗೇನೂ ಕಷ್ಟವಾಗಲಾರದು ಬಿಡಿ. ಲದಾಖಿಗಳಾದ ನಾವು ನಾಲ್ಕೂವರೆ ಸಾವಿರ ಮೀಟರ್ ಎತ್ತರದ ಗುಡ್ಡಗಳ ಮೇಲೇ ಬದುಕು ನಡೆಸುತ್ತೇವೆ' ಎಂದವನೇ ಗುಡ್ಡ ಹತ್ತಿದ್ದಲ್ಲದೇ ಬ್ರಿಗೇಡ್‌ನ ಮುಖ್ಯಾಲಯವನ್ನು ತಲುಪಿಕೊಂಡ. ಇಲ್ಲಿಗೇ ಮುಗಿಯಲಿಲ್ಲ. ಅಲ್ಲಿಂದ ಮತ್ತೂ ಮೇಲಕ್ಕೆ ಏರುವ ಹೊಣೆಗಾರಿಕೆಯನ್ನೂ ಆತನ ಹೆಗಲಿಗೆ ಹೊರೆಸಿ ಅಲ್ಲಿ ತುಕಡಿಯನ್ನು ಜಮಾವಣೆಗೊಳಿಸುವ ಜವಾಬ್ದಾರಿ ನೀಡಲಾಯ್ತು. ಬೇರೆ ಯಾರಾದರೂ ಹಿಂದೆ ಸರಿಯುತ್ತಿದ್ದರೇನೋ. ಸವಾಲುಗಳಿಗಾಗಿ ಎದೆಯುಬ್ಬಿಸಿ ನಿಂತಿರುವ ರಿಂಚೆನ್ ಮರುಮಾತಾಡಲಿಲ್ಲ. ಹಿಂದಿನ ರಾತ್ರಿ 2 ಗಂಟೆಗಳ ಕಾಲವಷ್ಟೇ ನಿದ್ರಿಸಿದ್ದೇನೆ ಎಂಬ ಸಬೂಬನ್ನೂ ಹೇಳಲಿಲ್ಲ. ಕಾಶ್ಮೀರದ ಕಣಿವೆಯನ್ನು ಅರ್ಥೈಸಿಕೊಳ್ಳುವ ಅಪರೂಪದ ಅವಕಾಶ ಎನ್ನುತ್ತಾ ಅಲ್ಲಿ ಹೋಗಿ ತನ್ನ ತುಕಡಿಯನ್ನು ಜಮಾವಣೆಗೊಳಿಸಿಬಿಟ್ಟ! ಅಧಿಕಾರಿಗಳ ಊಟದ ಮನೆಯಲ್ಲಿ ರಿಂಚೆನ್ ರಮ್ ಕೇಳಿದ್ದು ತಪ್ಪೆನ್ನುವುದಾದರೆ ಆತ ಬೆಟ್ಟ ಹತ್ತಿ ಗಡಿರಕ್ಷಣೆಗಾಗಿ ಊಟ, ನಿದ್ದೆ, ವಿಶ್ರಾಂತಿ ಇವೆಲ್ಲವನ್ನೂ ಮರೆತು ಧಾವಿಸುತ್ತಾನಲ್ಲಾ, ಅದನ್ನೇನೆನ್ನುವಿರಿ!

ರಿಂಚೆನ್ ಸುಮಾರು ಒಂದು ವರ್ಷಗಳ ಕಾಲ ಅದೇ ಭಾಗದಲ್ಲಿದ್ದು ಮುಂದೆ ಪಂಜಾಬಿನ ಫಿರೋಜ್‌ಪುರಕ್ಕೆ ವರ್ಗಾವಣೆಗೊಂಡ. ಮಂಜಿನ ಬೆಟ್ಟಗಳಲ್ಲೇ ಕಾಲ ಕಳೆದಿದ್ದ ಆತನಿಗೆ ಈಗ ಹೊಸಲೋಕದ ಪರಿಚಯ. ಸಮತಟ್ಟು ಭೂಮಿಯಲ್ಲಿ ಯುದ್ಧ ಮಾಡುವ ಕಲೆಯಲ್ಲಿ ಆತನೀಗ ನಿಷ್ಣಾತನಾಗಬೇಕಿತ್ತು. ಮರುಭೂಮಿಯಲ್ಲಿ ನಡೆಯುವುದು, ನದಿಗಳನ್ನು ದಾಟುವುದು ಇವೆಲ್ಲವೂ ರಿಂಚೆನ್‌ಗೆ ಬಲುಹೊಸತು. ಯಾವುದರಲ್ಲೂ

ಆತ ಅಸಡ್ಡೆ ತೋರಿದ್ದಿಲ್ಲ. ಆದರೆ ಬೇಸಿಗೆ ಹತ್ತಿರವಾಗುತ್ತಿದ್ದಂತೆ ಆತನ ಸ್ಥಿತಿ ದಾರುಣವಾಯ್ತು. ತನ್ನನ್ನು ಮರಳಿ ಕಳಿಸಿಕೊಡಿ ಎಂದು ಗೋಗರೆಯುವ ವೇಳೆಗೆ ವರ್ಗಾವಣೆಯಾಗಿ ತನ್ನದ್ದೇ ಹಳೆಯ ಲದಾಖ್ ಸ್ಕೌಟ್ಸ್ ರೆಜಿಮೆಂಟಿಗೆ ಆತ ಬಂದ. ಹೆಚ್ಚೂ-ಕಡಿಮೆ ಆ ವೇಳೆಗೆ ಭಾರತ ಮತ್ತು ಪಾಕಿಸ್ತಾನ ಯುದ್ಧದ ಕಾರ್ಮೋಡಗಳು ಕವಿಯಲಾರಂಭಿಸಿದವು. ಸೇನೆಯ ಅನೇಕ ಹಿರಿಯ ಅಧಿಕಾರಿಗಳು ನುಬ್ರಾ ಕಣಿವೆಗೆ ಬಂದು ಯುದ್ಧಸಿದ್ಧತೆಗೆ ತೊಡಗುವಂತೆ ರಿಂಚೆನ್‌ಗೆ ಹೇಳಿದರು. ತನ್ನ ಪ್ರಭಾವಿ ವಕ್ತೃತ್ವವನ್ನು ಬಳಸಿಕೊಂಡು ರಿಂಚೆನ್ ಅತ್ಯಂತ ಕಡಿಮೆ ಸಮಯದಲ್ಲೇ ಸ್ವಯಂ ಸ್ಫೂರ್ತಿಯಿಂದ ಸೈನಿಕರಾಗಿ ದುಡಿಯಬಲ್ಲ 550 ಜನರನ್ನು ತಯಾರು ಮಾಡಿದ! ಇತರೆಡೆಯಿಂದ ಸೈನಿಕರನ್ನು ಕಳಿಸಿಕೊಡಬೇಕೇ ಎಂದು ಕೇಳಿದ್ದಕ್ಕೆ ಕರ್ನಲ್ ಉದಯ್‌ಸಿಂಗ್ ಮತ್ತು ಮೇಜರ್ ರಿಂಚೆನ್ ಇಬ್ಬರೂ, 'ಇಲ್ಲಿ ನಡೆಯುವ ಎಲ್ಲ ಬಗೆಯ ಯುದ್ಧಗಳನ್ನು ತಡೆಯಲು ನಮ್ಮ ಸೈನಿಕರೇ ಸಾಕೆಂಬ' ಭರವಸೆ ಕೊಟ್ಟರು. ಮುಂದೆ ಲೆಫ್ಟಿನೆಂಟ್ ಜನರಲ್ ಎಸ್.ಪಿ ಮಲ್‌ಹೋತ್ರಾ ರಿಂಚೆನ್‌ನ ಬಗ್ಗೆ ಬರೆಯುತ್ತಾ, 'ಆತ ಸೈನ್ಯದ ತರಬೇತಿಯನ್ನಷ್ಟೇ ಕೊಟ್ಟದ್ದಲ್ಲ, ಬದಲಿಗೆ ಅವರನ್ನು ಸಮರ್ಥವಾಗಿ ಬೆಸೆದುಕೊಂಡ, ಪ್ರಬಲ ಇಚ್ಛಾಶಕ್ತಿಯುಳ್ಳ, ಒಬ್ಬರಿಗೊಬ್ಬರು ಪೂರಕವಾದ ಸಮರ್ಥ ಗುಂಪನ್ನಾಗಿ ಮಾರ್ಪಡಿಸಿಬಿಟ್ಟಿದ್ದ' ಎಂದಿದ್ದರು.

ಪಾಕಿಸ್ತಾನದೊಂದಿಗೆ ಯುದ್ಧವೆಂದರೆ ಬರಿ ಪಾಕಿಸ್ತಾನವಷ್ಟೇ ಅಲ್ಲ, ತಂಟೆ ಮಾಡಬಹುದಾದ ಚೀನಾವನ್ನೂ ಎದುರಿಸಬೇಕು. ಒಂದೆಡೆ ಪೂರ್ವ ಪಾಕಿಸ್ತಾನದ ದಾಳಿ ಮತ್ತೊಂದೆಡೆ ಕಾರ್ಗಿಲ್‌ನ ಮೂಲಕ ದಾಳಿಯಾಗಿ ಶ್ರೀನಗರವನ್ನು ಸಂಪರ್ಕಿಸುವ ಹೆದ್ದಾರಿಯ ಮೇಲೆ ದಾಳಿ ನಡೆಯಬಹುದಾದ ಸಂಭಾವ್ಯತೆ. ಮೂರನೆಯದಾಗಿ 1963ರ ಒಪ್ಪಂದದಂತೆ ಪಾಕಿಸ್ತಾನಕ್ಕೆ ಬೆಂಬಲವಾಗಿ ನಿಲ್ಲುವ ಚೀನಾದ ಸೈನಿಕರು. ಎಲ್ಲಾ ದಿಕ್ಕುಗಳಲ್ಲೂ ಕೂಡ ಗಮನ ಹರಿಸುವುದು ಅನಿವಾರ್ಯವಾಗಿತ್ತು. ಇತ್ತ ಪರ್ತಾಪುರ ವಿಭಾಗದ ಎದುರಿಗಿರುವ ಭಾಗವನ್ನು ಪಾಕಿಸ್ತಾನಿಯರು ತಮ್ಮ ವಶದಲ್ಲಿರಿಸಿಕೊಂಡಿದ್ದರು. ಕಾರಕೋರಂ ಸ್ಕೌಟ್ಸ್‌ನ ಮೂರು ಕಂಪೆನಿಗಳು ತುರ್ತುಕ್‌ನಲ್ಲಿ ತಮ್ಮ ಮುಖ್ಯಕಛೇರಿ ಮಾಡಿಕೊಂಡು ಕಾಯುತ್ತಿದ್ದವು. ಪಾಕಿಸ್ತಾನ 75 ಎಮ್‌ಎಮ್

ಗನ್ನುಗಳನ್ನು, ಹೋವಿಟ್ಸರ್‌ಗಳನ್ನು, ಮೋರ್ಟಾರ್‌ಗಳನ್ನು ಸಿದ್ಧಪಡಿಸಿಟ್ಟುಕೊಂಡಿತ್ತು. ಕೆಲವೆಡೆ ಪಾಕಿಸ್ತಾನ ಎತ್ತರದ ಆಯಕಟ್ಟಿನ ಪ್ರದೇಶಗಳಲ್ಲಿ ನೆಲೆನಿಂತಿದ್ದು ಎದುರಿಸುವುದು ಕಷ್ಟವೇ ಆಗಿತ್ತು. ಪಾಕಿಸ್ತಾನದ ಫಾರ್ವರ್ಡ್ ಪೋಸ್ಟ್‌ಗಳು ಗಿಲ್ಗಿಟ್ ಮತ್ತು ಸ್ಕರ್ದುವಿನಿಂದ ರಸ್ತೆಗಳ ಮೂಲಕ ತುರ್ತುಕ್‌ಗೆ ಜೋಡಿಸಲ್ಪಟ್ಟಿದ್ದವು. ಹೀಗಾಗಿ ತುರ್ತುಕ್‌ನವರೆಗೂ ಎಲ್ಲಾ ಅವಶ್ಯಕ ಪದಾರ್ಥಗಳು ಬಂದು ಸೇರಿದರೆ ಅದನ್ನು ಫಾರ್ವರ್ಡ್ ಪೋಸ್ಟ್‌ನತ್ತ ಹೊತ್ತುಕೊಂಡು ತರಬೇಕಿತ್ತು. ಭಾರತದ ದಿಕ್ಕಿನಲ್ಲಿರುವಂತೆ ಅತ್ತಲೂ ಕೂಡ ಇಡಿಯ ಕದನ ಭೂಮಿ ಕಲ್ಲುಬಂಡೆಗಳಿಂದ ಕೂಡಿದ ರಸ್ತೆ. ಯುದ್ಧ ಸುಲಭವಾಗಿರಲಿಲ್ಲ.

ನಮ್ಮ ಕಥೆಯೂ ಭಿನ್ನವಾಗಿರಲಿಲ್ಲ. ನುಬ್ರಾ ಕಣಿವೆ ಲದಾಖ್‌ನ ಹೆಬ್ಬಾಗಿಲಾಗಿತ್ತು. ಲೇಹ್‌ನಿಂದ 140 ಕಿಲೋಮೀಟರ್ ಉತ್ತರಕ್ಕಿರುವ ಈ ಕಣಿವೆ 3000 ಮೀಟರ್ ಎತ್ತರದಲ್ಲಿತ್ತು. ಮಂಜಿನ ಕಾರಣಕ್ಕಾಗಿ ವರ್ಷದಲ್ಲಿ ಆರು ತಿಂಗಳು ಮುಚ್ಚಿಯೇ ಇರುವ ಖರ್‌ದುಂಗ್ಲಾ ಇದರ ಸಂಪರ್ಕ ಸೇತು. ಹೀಗಾಗಿ ಇಲ್ಲಿರುವಂತಹ ತುಕಡಿಯ ನಿರ್ವಹಣೆಗೆ ಏರ್‌ಫೋರ್ಸಿನ ವಿಮಾನಗಳು ಅತ್ಯವಶ್ಯಕ. ಆಹಾರದಿಂದ ಹಿಡಿದು ಯುದ್ಧ ಸಾಮಗ್ರಿಗಳವರೆಗೆ ಎಲ್ಲವನ್ನೂ ಆಕಾಶದಿಂದಲೇ ಎಸೆಯಬೇಕು. ಇವುಗಳನ್ನು ಸಾಗಿಸಲು ಪ್ರಾಣಿಗಳನ್ನು ಬಳಸಿಕೊಳ್ಳಬೇಕು. ಅಕಸ್ಮಾತ್ ಮೋಡ ಕವಿದ ವಾತಾವರಣವಿದ್ದರೆ ಹೆಲಿಕಾಪ್ಟರ್‌ಗಳು ಅಡ್ಡಾಡುವುದು ಕಷ್ಟವಾಗುತ್ತಿದ್ದುದರಿಂದ ಆ ಹೊತ್ತಿನಲ್ಲಿ ಯಾವ ಸಾಮಾನು-ಸರಂಜಾಮುಗಳೂ ಸೈನಿಕರಿಗೆ ತಲುಪುತ್ತಿರಲಿಲ್ಲ. ಹೀಗಾಗಿ ಯುದ್ಧ ನಮ್ಮ ಪಾಲಿಗೂ ಸುಲಭವೇನಾಗಿರಲಿಲ್ಲ. ಡಿಸೆಂಬರ್ 3ಕ್ಕೆ ಪಾಕಿಸ್ತಾನದ ವಿಮಾನಗಳು ಭಾರತದ ಏರ್‌ಬೇಸ್‌ಗಳ ಮೇಲೆ ದಾಳಿ ಮಾಡುವ ವ್ಯರ್ಥ ಪ್ರಯತ್ನ ಮಾಡಿದಾಗ ಅಂದಿನ ಪ್ರಧಾನಿ ಇಂದಿರಾ 'ನಾವು ಶಾಂತಿಗೆ ಬದ್ಧರು; ಆದರೆ ಯುದ್ಧ ನಮ್ಮ ಮೇಲೆ ಹೇರಲ್ಪಟ್ಟಲ್ಲಿ ನಾವು ಮುಲಾಜಿಲ್ಲದೇ ಎದುರಿಸುತ್ತೇವೆ' ಎಂದಿದ್ದರು.

ಅಂದು ರಾತ್ರಿ ತನ್ನ ತುಕಡಿಯೊಂದಿಗೆ ಕವಾಯತು ನಡೆಸುತ್ತಿದ್ದ ರಿಂಚೆನ್‌ಗೆ ಮರುದಿನ ಬೆಳಿಗ್ಗೆಯೇ ಯುದ್ಧಕ್ಕೆ ಹೊರಡಬೇಕೆಂಬ ಆಜ್ಞೆ ದೊರೆಯಿತು. ಸೈನಿಕರು ಮನೆಗೆ ಹೋಗಿ ಬೆಚ್ಚನೆಯ ಬಟ್ಟೆಗಳನ್ನು,

ಅಗತ್ಯವಿದ್ದಷ್ಟು ಆಹಾರ ಸಾಮಗ್ರಿಗಳನ್ನು ತರುತ್ತೇವೆಂದು ನಾಯಕನನ್ನು ಕೇಳಿಕೊಂಡರು. ಮನೆಗೆ ಹೋದರೆ ಸಮಯಕ್ಕೆ ಸರಿಯಾಗಿ ಬರಲಾರರೆಂದು ಅರಿತಿದ್ದ ರಿಂಚೆನ್ ಅವರಿಗೆ ಬಟ್ಟೆಗಳನ್ನು ಅಲ್ಲಿಯೇ ಕೊಡಿಸಿದ. ಸೇನೆಯ ದಾಸ್ತಾನಿನಿಂದಲೇ ಅಗತ್ಯ ಬಿದ್ದಷ್ಟು ಆಹಾರ ಸಾಮಗ್ರಿಗಳನ್ನು ಕೊಡಿಸಿದ. ಮರುದಿನ ಬೆಳಿಗ್ಗೆ ಅವನ ತಂಡ ಯುದ್ಧ ಸನ್ನದ್ಧವಾಗಿತ್ತು. ನುಬ್ರಾ ಕಣಿವೆಯ ಜನರ ಸಹಕಾರವನ್ನು ಭಿನ್ನ-ಭಿನ್ನ ರೂಪದಲ್ಲಿ ಆತ ಕೇಳಿಕೊಂಡ. ಅಧಿಕಾರಿಗಳು, ರಾಜಕಾರಣಿಗಳು, ಲಾಮಾಗಳೆಲ್ಲರೂ ಜನರನ್ನು ಸಹಕಾರಕ್ಕಾಗಿ ಬರುವಂತೆ ವಿನಂತಿಸಿಕೊಂಡರು. ಪರಿಣಾಮವೇನು ಗೊತ್ತೇ? ಮನೆ-ಮನೆಗಳೇ ಸೈನ್ಯದ ಸಹಾಯಕ್ಕೆ ಧಾವಿಸಿ ಬಂದವು. ಲದಾಖಿನ ಬೌದ್ಧರಾಗಲಿ, ಮುಸಲ್ಮಾನರಾಗಲೀ, ಕ್ರಿಶ್ಚಿಯನ್ನರಾಗಲೀ ಪ್ರತಿಯಬ್ಬರೂ ಭಾರತದ ಗೆಲುವಿಗಾಗಿ ಟೊಂಕಕಟ್ಟಿ ನಿಂತರು. ಒಂದೇ ಮನೆಯ ಒಬ್ಬ ನುಬ್ರಾ ಗಾರ್ಡ್ಸ್ ತಂಡಕ್ಕೆ ಸೇರಿಕೊಂಡರೆ ಮತ್ತೊಬ್ಬ ಲದಾಖಿ ಸ್ಕೌಟ್‌ಗೆ ಸೇರಿಕೊಳ್ಳುತ್ತಿದ್ದ. ಪ್ರಾಣಿಗಳ ಮೂಲಕ ವಸ್ತುಗಳನ್ನು ತಲುಪಿಸುವ ಕೆಲಸದಲ್ಲಿ ಇನ್ನೊಬ್ಬ. ಸ್ವತಃ ರಿಂಚೆನ್ ತಂಡವನ್ನು ಮುನ್ನಡೆಸುತ್ತಿದ್ದರೆ ಅವನ ಕಿರಿಯ ತಮ್ಮ ಲದಾಖಿ ಸ್ಕೌಟ್ಸ್‌ನಲ್ಲಿ ಚಾಲಕನಾಗಿ ಸೇರಿಕೊಂಡಿದ್ದ. ಪಿಡಬ್ಲ್ಯೂಡಿನಲ್ಲಿ ಕೆಲಸಕ್ಕಿದ್ದ ಮತ್ತೊಬ್ಬ ತಮ್ಮ ಈ ಪರಿಸ್ಥಿತಿಯಲ್ಲಿ ನುಬ್ರಾ ಗಾರ್ಡ್ಸ್‌ಗೆ ಸೇರಿಕೊಂಡ. ರಿಂಚೆನ್ ತಂದೆ 82ನೇ ವಯಸ್ಸಿನಲ್ಲೂ ಇಡಿಯ ಕಣಿವೆಯನ್ನು ಅಡ್ಡಾಡಿ ತುರ್ತು ಪರಿಸ್ಥಿತಿಯಲ್ಲಿ ಸೇನೆಗೆ ಸೇರುವ ಪ್ರೇರಣೆ ಕೊಡುತ್ತಿದ್ದರು. ಸ್ವಾತಂತ್ರ್ಯಕ್ಕೆ ಧಕ್ಕೆ ಬಂದಿದೆ ಎಂದು ಗೊತ್ತಾದಾಗ ಲದಾಖಿನ ಪ್ರತಿಯೊಬ್ಬನೂ ಸೈನಿಕನಾಗಿ ಸೇವೆ ಸಲ್ಲಿಸಲು ಧಾವಿಸಿಬಿಟ್ಟಿದ್ದ!

ರಿಂಚೆನ್‌ನ ನೇತೃತ್ವದ ತಂಡ 'ಕೀ ಕೀ ಸೋ ಸೋ ಲಾಗ್ಯಾಲೋ' ಎಂಬ ಘೋಷಣೆ ಕೂಗುತ್ತಾ ಬೈಗ್ಡಾಂಗ್ಡೋ ತಲುಪಿಕೊಂಡಿತು. 40 ಕಿಲೋಮೀಟರ್ ಜೀಪ್ ಯಾತ್ರೆಯಾದರೆ ಉಳಿದ 40 ಕಿಲೋಮೀಟರ್ ಅನ್ನು ನಡೆದೇ ಸೇರಬೇಕಿದ್ದ ಯಾತ್ರೆಯದು. ಸಂಜೆ 7 ಗಂಟೆಗೆ ಮುಂದಿನ ನಿರ್ಣಯಗಳ ಕುರಿತಂತೆ ಚರ್ಚೆಯಾಗಬೇಕಿತ್ತು. ಪಾಕಿಸ್ತಾನದ ತುಕಡಿಯಿರುವ ಜಾಗವನ್ನು ತಲುಪಿಕೊಳ್ಳಲು ಎರಡು ದಾರಿಯಿತ್ತು. ಮೊದಲನೆಯದು ನದಿಯ ದಡದಗುಂಟ ಹೋಗಿ ಪಾಕಿಸ್ತಾನಿಯರೊಂದಿಗೆ ಕಾದುವುದು. ಮತ್ತೊಂದು

ಗುಡ್ಡ–ಬೆಟ್ಟಗಳನ್ನು ಹತ್ತುತ್ತಾ ಹಳ್ಳಿಗಳ ಮೂಲಕ ಸಾಗಿ ಪಾಕಿಯರ ಮೇಲೆ ದಾಳಿಗೈಯ್ಯುವುದು. ಬಹುತೇಕರು ನದಿಯ ಗುಂಟ ನಡೆದು ಹೋಗುವುದನ್ನೇ ಸಮರ್ಥಿಸಿದ್ದರು. ರಿಂಚೆನ್ ವಿರೋಧಿಸಿದ. ಭಾರತೀಯ ಸೇನೆಯನ್ನು ಪಾಕಿಯರು ಆ ದಿಕ್ಕಿನಿಂದಲೇ ನಿರೀಕ್ಷಿಸುತ್ತಿರುತ್ತಾರೆಂಬ ಸಂಗತಿ ಅರಿಯಲು ಬಹಳ ಬುದ್ಧಿವಂತರಾಗಿರಬೇಕಿರಲಿಲ್ಲ. ಮತ್ತು ತಮ್ಮ ಗನ್ನುಗಳನ್ನು ಆ ದಿಕ್ಕಿನುದ್ದಕ್ಕೂ ನೆಟ್ಟ ಪಾಕಿಯರು ಎದುರಿಗೆ ಬರುವ ಭಾರತೀಯರನ್ನು ಸಹಜವಾಗಿಯೇ ಉಡಾಯಿಸುತ್ತಾರೆಂಬುದೂ ರಿಂಚೆನ್ ಕೊಟ್ಟ ಕಾರಣವಾಗಿತ್ತು. ಅಷ್ಟೇ ಅಲ್ಲ. ಈಗಾಗಲೇ ಸಾಕಷ್ಟು ತಯಾರಿ ಮಾಡಿಕೊಂಡಿರುವ ಪಾಕಿ ಸೈನಿಕರು ದಾರಿಯುದ್ದಕ್ಕೂ ಲ್ಯಾಂಡ್ ಮೈನ್‌ಗಳನ್ನು ಇಟ್ಟಿರಲಾರರೆಂಬ ಭರವಸೆಯೇನೂ ಇರಲಿಲ್ಲ. ಯಾವ ದಿಕ್ಕಿನಿಂದ ನೋಡಿದರೂ ರಿಂಚೆನ್ ಹೇಳುವುದು ಸರಿಯಾಗಿತ್ತು.

ಕರ್ನಲ್ ಉದಯ್‌ಸಿಂಗ್ ಒಪ್ಪಿಕೊಂಡರು. ಪಾಯಿಂಟ್ 18402ನ್ನು ವಶಪಡಿಸಿಕೊಂಡು ಆನಂತರ ಪಾಕಿಸ್ತಾನದ ಸೈನಿಕ ಮುಖ್ಯಕಛೇರಿಯಾಗಿರುವ ಚಾಲೂಂಕಾ ಸಂಕೀರ್ಣವನ್ನು ತಮ್ಮದಾಗಿಸಿಕೊಳ್ಳುವುದು ಅವನ ಯೋಜನೆ. ಪಾಯಿಂಟ್ 18402 ಆ ಭಾಗದ ಅತ್ಯಂತ ಎತ್ತರದ ಬೆಟ್ಟವಾಗಿದ್ದರಿಂದ ಅದನ್ನು ವಶಪಡಿಸಿಕೊಳ್ಳುವುದು ಭವಿಷ್ಯದ ದೃಷ್ಟಿಯಿಂದಲೂ ಅತ್ಯಂತ ಅಗತ್ಯವಾಗಿತ್ತು. ರಿಂಚೆನ್ ಎಲ್ಲವನ್ನೂ ವಿವರಿಸುತ್ತಿದ್ದರೆ ಉಳಿದವರೆಲ್ಲರೂ ಮೂಕವಿಸ್ಮಿತರಾಗಿ ಕುಳಿತಿರುತ್ತಿದ್ದರು. ಅವನ ಕದನಶೈಲಿಯೇ ಹಾಗೆ. ಆತ ಯಾವಾಗಲೂ ಹೇಳುತ್ತಿದ್ದ 'ಯುದ್ಧ ನಡೆದರೆ ನಾನು ದಾಳಿಗೊಳಗಾಗುವವನಲ್ಲ. ಬದಲಿಗೆ ಮೊದಲ ದಾಳಿ ಮಾಡುವವನು ನಾನೇ ಆಗಿರುತ್ತೇನೆ. ಯಾರು ಸುರಕ್ಷಿತ ಬಂಕರ್‌ಗಳಲ್ಲೇ ಕಾಲ ಕಳೆಯುತ್ತಾರೋ ಅಂಥವರೇ ಮೊದಲು ಹೊಡೆಸಿಕೊಳ್ಳೋದು' ಎಂದು. ಹಾಗಂತ ಮೊದಲು ದಾಳಿ ಮಾಡುವುದು ಸುಲಭದ ಮಾತಲ್ಲವೆಂಬುದು ಆತನಿಗೆ ಗೊತ್ತಿರಲಿಲ್ಲವೆಂದೇನಲ್ಲ. ಆತ ಎಚ್ಚರಿಕೆಯಿಂದಿರುತ್ತಿದ್ದ, ಲೆಕ್ಕಾಚಾರ ಹಾಕುತ್ತಿದ್ದ, ಎದುರಾಳಿಗಳನ್ನು ಗಮನಿಸಿ ಅವರ ಶಕ್ತಿ ಸಾಮರ್ಥ್ಯವನ್ನು ಅಳೆದು ತೂಗಿ ನಿರ್ಣಯವನ್ನು ತೆಗೆದುಕೊಂಡು ಯೋಜನೆ ರೂಪಿಸುತ್ತಿದ್ದ. ಆನಂತರ ಮುನ್ನಡೆದು ಸರಿಯಾಗಿಯೇ ಹೊಡೆತ ಕೊಡುತ್ತಿದ್ದ. ಒಮ್ಮೆ ಮುಂದಡಿಯಿಟ್ಟರೆ

ಹಿಂದಿರುಗಿ ಬರುವ ಮಾತೇ ಅವನ ಬಳಿ ಇದ್ದಿರಲಿಲ್ಲ. ರಿಂಚೆನ್ ತನ್ನ ಜೊತೆಗಾರರಿಗೆ ಹೇಳುತ್ತಿದ್ದುದು ಒಂದೇ. 'ಯೋಜಿಸಿ, ಗಮನಿಸಿ, ಮುಂದಡಿಯಿಡಿ ಮತ್ತು ಬಡಿಯಿರಿ. ಈ ನಾಲ್ಕು ಪದಗಳು ಸದಾ ಹೃದಯದಲ್ಲಿರಲಿ' ಅಂತ. ರಿಂಚೆನ್ ತನ್ನ ಸೈನಿಕರನ್ನು ಶತ್ರುಗಳ ಕೋವಿಗೆ ಆಹಾರವಾಗಿಸಲು ಎಂದಿಗೂ ಇಚ್ಛಿಸುತ್ತಿರಲಿಲ್ಲ. ಹೀಗಾಗಿಯೇ ಆತ ಸಹಜವಾದ, ಸುಲಭವಾದ ಮಾರ್ಗವನ್ನು ಎಂದಿಗೂ ಬಯಸದೇ ಕಷ್ಟವಾದರೂ ಬಳಸಿಕೊಂಡು ಶತ್ರುಗಳನ್ನು ಅಚ್ಚರಿಗೆ ತಳ್ಳಿ ಅವರನ್ನು ಮುಗಿಸಿಬಿಡುತ್ತಿದ್ದ. ಈ ಬಾರಿಯೂ ಹಾಗೆ.

ಸೇನೆಯನ್ನು ಮುನ್ನಡೆಸುವ ಪೂರ್ಣ ಜವಾಬ್ದಾರಿ ಹೆಗಲಿಗೆ ಬಿದ್ದೊಡನೆ ಆತ ಸೈನಿಕರ ಅನುಕೂಲಕ್ಕೆಂದು ಒಂದಷ್ಟು ಬದಲಾವಣೆಗಳನ್ನು ಮಾಡಿಕೊಂಡ. ಮೊದಲನೆಯದಾಗಿ ಸೈನಿಕರಿಗೆ ನೀಡಲಾಗುತ್ತಿದ್ದ ಕಬ್ಬಿಣದ ಹೆಲ್ಮೆಟ್ಟುಗಳನ್ನು ಪಕ್ಕಕ್ಕಿರಿಸಿ ಸ್ಥಳೀಯ ಬೆಚ್ಚನೆಯ ಟೋಪಿ ಧರಿಸುವಂತೆ ಕೇಳಿಕೊಂಡ. ಸೈನಿಕರ ಹೆಣಭಾರದ ಬೂಟುಗಳನ್ನು ತೆಗೆದಿಟ್ಟ ಲದಾಖಿಗಳು ಹಾಕಿಕೊಳ್ಳುವ ಪ್ಯಾಬೊಗಳಿಗಾಗಿ ಬೇಡಿಕೆ ಮಂಡಿಸಿದ. ಜೊತೆಗೊಯ್ಯುವ ನೀರಿನ ಶೀಶೆಗಳಲ್ಲಿ ಅರ್ಧ ನೀರನ್ನು ಖಾಲಿ ಮಾಡಿಸಿ ರಮ್ ಬೆರೆಸಿದ. ಬ್ಯಾಗು ತುಂಬಾ ತುಂಬಿದ್ದ ಮದ್ದು-ಗುಂಡುಗಳನ್ನು ತೆಗೆದು ಗ್ರೆನೇಡುಗಳನ್ನು ಮಾತ್ರ ಉಳಿಸಿ ಬ್ಯಾಗಿನ ಭಾರ ಅರ್ಧಕ್ಕಿಳಿಸಿದ. ಕಡಿಮೆ ಭಾರದ ಟೋಪಿ, ಕಡಿಮೆ ಭಾರದ ಬೂಟು, ಕಡಿಮೆ ಭಾರದ ಬ್ಯಾಗನ್ನು ಹಿಡಿದರೆ ಗುಡ್ಡ ಹತ್ತುವುದು ಸುಲಭವೆಂಬುದು ಮೇಲ್ನೋಟಕ್ಕೆ ಅರ್ಥವಾಗುತ್ತಿದ್ದ ಸಂಗತಿ. ಆದರೆ ಲದಾಖಿನ ಪರಿಸರವನ್ನು ಕಣಕಣವೂ ಅರಿತಿದ್ದ ರಿಂಚೆನ್‌ನ ಆಲೋಚನೆ ಇನ್ನೂ ಆಳಕ್ಕಿಳಿದಿತ್ತು. ಕಬ್ಬಿಣದ ಹೆಲ್ಮೆಟ್ಟುಗಳು ಮಂಜಿನ ವಾತಾವರಣಕ್ಕೆ ಹೊಂದುವುದಿಲ್ಲವೆಂಬುದು ಮೊದಲ ಸಂಗತಿಯಾದರೆ ಈ ತಾಪಮಾನದಲ್ಲಿ ಹೆಲ್ಮೆಟ್ಟು ತಾಕಿಯೇ ಗಾಯವಾಗಿ ವ್ರಣವಾಗಿಬಿಡಬಹುದೆಂಬ ಅರಿವು ಆತನಿಗಿತ್ತು. ಗುಡ್ಡದಿಂದ ತೆವಳಿಕೊಂಡು ಬರುವಾಗ ಕಬ್ಬಿಣದ ಹೆಲ್ಮೆಟ್ಟು ಅಕ್ಕಪಕ್ಕ ತಾಕಿ ಉಂಟಾಗುವ ಸದ್ದು ಶಾಂತ ಗುಡ್ಡಗಳಲ್ಲಿ ಅನುರಣನಗೊಂಡು ಮಲಗಿದ್ದ ಪಾಕಿಯರನ್ನು ಎಬ್ಬಿಸಿಬಿಡಬಲ್ಲದೆಂಬ ಹೆದರಿಕೆ ಅವನಿಗಿತ್ತು. ಅಚಾನಕ್ಕು ದಾಳಿ ಮಾಡಬೇಕೆಂಬ ಯೋಜನೆಯೇ ಹೆಲ್ಮೆಟಿನ

ಕಾರಣಕ್ಕೆ ತಲೆಕೆಳಗಾಗುವುದು ಸಾಧ್ಯವಿತ್ತು. ರಿಂಚೆನ್ ಸ್ಥಳೀಯ ಕ್ಯಾಪುಗಳನ್ನು ಧರಿಸುವಂತೆ ಮಾಡುವ ಮೂಲಕ ದೇಹವನ್ನು ಬೆಚ್ಚಗಾಗಿಡುವಲ್ಲಿ ಯಶಸ್ವಿಯಾಗಿದ್ದ. ಇನ್ನು ಸೇನೆಯ ಬೂಟುಗಳು ಭಾರವಾಗಿರುವುದಲ್ಲದೇ ಮಂಜಿನಲ್ಲಿ ಅದನ್ನು ಹಾಕಿಕೊಂಡು ನಡೆಯುವುದೂ ಕಷ್ಟ, ಜೊತೆಗೆ ಈ ಬೂಟುಗಳನ್ನೂ ಹಾಕಿಕೊಂಡು ಗುಡ್ಡವೇರಿ ಅಭ್ಯಾಸವಿರದಿದ್ದ ಸೈನಿಕರಿಗೆ ಇದೇ ಫ್ರಾಸ್ಟ್‌ಬೈಟಿಗೆ ಕಾರಣವಾಗಿ ಗಾಯವಾಗಬಹುದಾದ ಸಾಧ್ಯತೆಗಳಿದ್ದವು. ಇನ್ನು ಈ ತಾಪಮಾನದಲ್ಲಿ ಬಾಟಲಿಯಲ್ಲಿ ತುಂಬಿಕೊಂಡಿದ್ದ ನೀರು ಐಸುಗಡ್ಡೆಯಾಗಿ ಕುಡಿಯಲು ಸಿಗದಿರುವ ಸಾಧ್ಯತೆಗಳಿದ್ದವು. ಅನೇಕ ಬಾರಿ ಸೈನಿಕರು ದೂರದ ಕಣಿವೆಗಳಿಂದ ನೀರನ್ನು ಹೊತ್ತು ಮೇಲೆ ತರುವ ವೇಳೆಗೆ ಅದು ಮಂಜಾಗಿ ಪರಿವರ್ತಿತಗೊಂಡ ಉದಾಹರಣೆಗಳು ಕಣ್ಣೆದುರಿಗಿದ್ದವು. ನೀರಿಗೆ ರಮ್ ಬೆರೆಸುವುದರಿಂದ ನೀರು ಮಂಜಾಗುವ ಪ್ರಮಾಣ ಕಡಿಮೆಯಾಗುತ್ತಿತ್ತಲ್ಲದೇ ಗುಡ್ಡ ಹತ್ತುವಾಗ ಆಯಾಸಗೊಂಡವನಿಗೆ ಈ ಹೊಸಬಗೆಯ ಪಾನೀಯ ಕುಡಿದರೆ ಶಕ್ತಿ ಚೈತನ್ಯಗಳೂ ಬಂದಂತಾಗಿಬಿಡುತ್ತಿದ್ದವು. ಕೊನೆಯದಾಗಿ ಸೈನಿಕರು ಹೊರುವ ಚೀಲದಲ್ಲಿ ತುಂಬಿರುತ್ತಿದ್ದ ಮದ್ದು–ಗುಂಡುಗಳ ಪ್ರಮಾಣವನ್ನು ಆತ ಗಣನೀಯ ಪ್ರಮಾಣದಲ್ಲಿ ಕಡಿತಗೊಳಿಸಿ 'ಆದಷ್ಟೂ ಗ್ರೆನೇಡುಗಳನ್ನು ಬಳಸೋಣ. ಅಗತ್ಯಬಿದ್ದರೆ ಬಂದೂಕಿನ ತುದಿಗೆ ಬಾಯ್ನೆಟ್ಟುಗಳನ್ನು ಬಳಸಿ ಶತ್ರುಗಳನ್ನು ಕೊಲ್ಲೋಣ' ಎನ್ನುತ್ತಿದ್ದ ರಿಂಚೆನ್. 'ನಮ್ಮ ಸೇನೆಗೆ ಹೆದರಿ ಓಡುವ ಪಾಕಿಸ್ತಾನಿಯರು ಸಾಕಷ್ಟು ಹಾಸಿಗೆ ಚಾದರಗಳನ್ನು, ಮದ್ದುಗುಂಡುಗಳನ್ನು ಬಿಟ್ಟುಹೋಗಿರುತ್ತಾರೆ' ಎಂದು ಜೊತೆಗಾರರನ್ನು ಹುರಿದುಂಬಿಸುತ್ತಿದ್ದ. ಎಲ್ಲದರ ಕೊನೆಗೆ ಒಮ್ಮೆ ರಿಂಚೆನ್ 'ಕೀ ಕೀ ಸೋ ಸೋ' ಎಂದರೆ ಉಳಿದವರೆಲ್ಲಾ ಒಕ್ಕೊರಲಿಂದ 'ಲಾಗ್ಯಾಲೋ' ಎನ್ನುತ್ತಾ ಜೋರಾದ ದನಿಯಲ್ಲಿ ಕೂಗಿ ಯುದ್ಧಕ್ಕೆ ಸಿದ್ಧರಾಗಿಬಿಡುತ್ತಿದ್ದರು.

ಅಧ್ಯಾಯ 9

ಪಾಕಿಸ್ತಾನಕ್ಕೆ ಕಪಾಲಮೋಕ್ಷ!

ಸ್ವಾತಂತ್ರ್ಯ ಬಂದಾಗ ಅಖಂಡ ಭಾರತ ಎರಡು ತುಂಡಾಗಿ ಒಡೆದಿದ್ದು ಎಲ್ಲರಿಗೂ ಗೊತ್ತಿರುವ ಸಂಗತಿಯೇ. ಒಂದು ಭಾರತವೆಂದಾದರೆ ಮತ್ತೊಂದು ಪಾಕಿಸ್ತಾನವಾಗಿತ್ತು. ಈ ಪಾಕಿಸ್ತಾನ ಸ್ವತಃ ಎರಡು ತುಂಡುಗಳಲ್ಲಿ ವಿಭಜಿತವಾಗಿತ್ತು. ಒಂದು ಪೂರ್ವ ಪಾಕಿಸ್ತಾನವಾದರೆ ಮತ್ತೊಂದು ಪಶ್ಚಿಮ ಪಾಕಿಸ್ತಾನ. ಭಾರತಕ್ಕೆ ಎರಡೂ ದಿಕ್ಕುಗಳಲ್ಲಿ ಕಿರಿಕಿರಿ. ಇತ್ತ ಪಾಕಿಸ್ತಾನದ ಒಟ್ಟಾರೆ ಆಡಳಿತ ಪಶ್ಚಿಮ ಪಾಕಿಸ್ತಾನದಲ್ಲೇ ಕೇಂದ್ರೀಕೃತವಾಗಿದ್ದು ಪೂರ್ವ ಪಾಕಿಸ್ತಾನ ಪೂರ್ಣ ಪ್ರಮಾಣದಲ್ಲಿ ಕಡೆಗಣಿಸಲ್ಪಟ್ಟಿತ್ತು. ಸೇನೆಯ ಅಧಿಕಾರವನ್ನು ಬಳಸಿ ಪೂರ್ವ ಪಾಕಿಸ್ತಾನವನ್ನು ಹಿಡಿತದಲ್ಲಿರಿಸಿಕೊಳ್ಳಲಾಗಿತ್ತು. ನಿಧಾನವಾಗಿ ಪೂರ್ವ ಪಾಕಿಸ್ತಾನದಲ್ಲಿ ಜನರ ಪ್ರತಿರೋಧ ತೀವ್ರಗೊಳ್ಳುತ್ತಿದ್ದಂತೆ ಭಾರತ ಪಾಕಿಸ್ತಾನದ ಸ್ವಾಮ್ಯವನ್ನು ಅಲ್ಲಿ ಶಾಶ್ವತವಾಗಿ ಕೊನೆಗಾಣಿಸಬೇಕೆಂಬ ಪ್ರಯತ್ನ ಆರಂಭಿಸಿತ್ತು. ಪೂರ್ವ ಪಾಕಿಸ್ತಾನದಲ್ಲಿ ಪಶ್ಚಿಮ ಪಾಕಿಸ್ತಾನದ ವಿರುದ್ಧ ನಡೆಯುತ್ತಿದ್ದ ಶೇಕ್ ಮುಜಿಬುರ್ ರೆಹ್‌ಮಾನ್ ನೇತೃತ್ವದ ದಂಗೆಗಳು ಜಾಗತಿಕ ಸ್ವರೂಪ ಪಡೆದುಕೊಳ್ಳುತ್ತಿದ್ದಂತೆ ಪಾಕಿಸ್ತಾನದ ಅಧ್ಯಕ್ಷ ಯಾಹ್ಯಾಖಾನ್ ಭಾರತದ ಮೇಲೆ ದಾಳಿಗೈದು ಮಣಿಸಿ ಪೂರ್ವ ಪಾಕಿಸ್ತಾನವನ್ನು ಶಾಶ್ವತವಾಗಿ ತೆಕ್ಕೆಯಲ್ಲಿರಿಸಿಕೊಳ್ಳುವ ಪ್ರಯತ್ನಕ್ಕೆ ಕೈ ಹಾಕಿದ. ಆಗಲೇ ಗಡಿಭಾಗದಲ್ಲಿ ಚಟುವಟಿಕೆಗಳು ಗರಿಗೆದರಿದ್ದು! ಪೂರ್ವ ಪಾಕಿಸ್ತಾನದಲ್ಲಿರುವ ಪಶ್ಚಿಮದವರ ಹಿಡಿತವನ್ನು ಕಡಿಮೆಗೊಳಿಸಬೇಕೆಂದರೆ ಪಾಯಿಂಟ್ 18402 ವಶಪಡಿಸಿಕೊಳ್ಳುವುದು ಅತ್ಯಂತ ಅಗತ್ಯವಾಗಿತ್ತು. ಮೇಜರ್ ಅಹ್ಲುವಾಲಿಯಾ, ಸುಬೇದಾರ್ ಅಂಗ್ದೂಸ್ ಮತ್ತು ಮೇಜರ್ ರಿಂಚೆನ್ ಬೆಟ್ಟದ ದಿಕ್ಕಿಗೆ ಹೊರಟರು. 400 ಜನರ ತುಕಡಿ ಹೊರಡುವುದರ ಮೇಲೆ ಕಣ್ಣಿಡುವುದು ಸುಲಭ ಸಂಗತಿಯಾಗಿರಲಿಲ್ಲ. ಆದರೆ ರಿಂಚೆನ್ ತನ್ನೆಲ್ಲಾ ಪ್ರತಿಭೆಯನ್ನು ಬಳಸಿ ಪ್ರತಿಯೊಬ್ಬರನ್ನೂ ಕರೆದೊಯ್ಯುತ್ತಿದ್ದ. ಹೊರಗಿನಿಂದ ಬಂದ ಸೈನಿಕರು ಈ ವಾತಾವರಣಕ್ಕೆ ಹೊಂದಿಕೊಳ್ಳಲಾಗದೇ

ಹೈರಾಣಾಗಿಬಿಟ್ಟಿದ್ದರು. ಒಬ್ಬೊಬ್ಬರೇ ಕಳಚಿಕೊಳ್ಳಲಾರಂಭಿಸಿದ್ದರು. ಅಂತಹ ಸೈನಿಕರ ಹೆಗಲಲ್ಲಿದ್ದ ನಿಸ್ತಂತು ಯಂತ್ರಗಳನ್ನು ರಿಂಚೆನ್ ಸ್ಥಳೀಯ ಸೈನಿಕರ ಹೆಗಲಿಗೆ ವರ್ಗಾಯಿಸಿದ. ರಾತ್ರಿಂಯು ವೇಳೆಗೆ ಗುಡ್ಡವನ್ನು ವಶಪಡಿಸಿಕೊಳ್ಳಬೇಕಂಬ ರಿಂಚೆನ್ ಲೆಕ್ಕಾಚಾರ ಸ್ವಲ್ಪ ಯಡವಟ್ಟಾಗಿತ್ತು. ಗುಡ್ಡ ಹತ್ತುವುದು ಸುಲಭವಾಗಿರಲಿಲ್ಲವಾದ್ದರಿಂದ ಅವರು ಈ ಗುಡ್ಡಕ್ಕಿಂತ ಒಂದು ಹಂತ ಕೆಳಗಿದ್ದರು. ಮೇಲಿನಿಂದ ನಿಧಾನವಾಗಿ ದಾಳಿ ಆರಂಭಗೊಂಡಿತು. ರಿಂಚೆನ್ ತನ್ನ ಸೈನಿಕನೊಬ್ಬನಿಗೆ ಮೆಷಿನ್ ಗನ್ನಿನ ಮೂಲಕ ದಾಳಿ ನಡೆಸುವಂತೆ ಸೂಚನೆಗಳನ್ನು ಕೊಟ್ಟು ಮೇಜರ್ ಅಹ್ಲುವಾಲಿಯಾರಿಗೆ ಗುಡ್ಡದ ಹಿಂಬದಿಯಿಂದ ದಾಳಿ ಮಾಡುವ ಉಪಾಯಗಳನ್ನು ಹೇಳಿ ಕಳಿಸಿಕೊಟ್ಟ. ಅತ್ತ ಅವರು ಮೆಷಿನ್‌ಗನ್ನಿನ ರಕ್ಷಣೆಯಲ್ಲಿ ಪಾಕಿಯರಿಗೆ ಅರಿವಾಗದಂತೆ ಹಿಂಬದಿಗೆ ಹೊರಟರೆ ಇತ್ತ ರಿಂಚೆನ್ ತನ್ನೊಬ್ಬ ಸೈನಿಕನ ಮೂಲಕ ಪಾಕಿಸ್ತಾನೀ ಸೈನಿಕರಿಗೆ ಶರಣಾಗುವಂತೆ ಸಲಹೆಕೊಟ್ಟ. ಪಾಕಿಗಳು ಈ ಮಾತಿನತ್ತ ಕಿವಿ ನೆಟ್ಟಿರುವಾಗಲೇ ಅವರಿಗೆ ಅರಿವಾಗದಂತೆ ಹಿಂಬದಿಯಿಂದ ಅಹ್ಲುವಾಲಿಯಾರ ತಂಡ ಯಾತ್ರೆ ಬೆಳೆಸಿತ್ತು. ಬೆಳಗ್ಗಿನ ಜಾವ ಐದಾಗಿತ್ತು. ರಿಂಚೆನ್‌ನ ಜೀವ ಚಡಪಡಿಸುತ್ತಿತ್ತು. ಅತ್ತ ಅಹ್ಲುವಾಲಿಯಾರ ತಂಡ ಪಾಕಿ ಸೈನಿಕರಿಗೆ ಅರಿವಾಗದಂತೆ ಹಿಂಬದಿಯಿಂದ

ನುಗ್ಗಿ ದಾಳಿ ನಡೆಸಿಬಿಟ್ಟಿತ್ತು. ಅಲ್ಲಿಂದ ಹೊರಟ 'ಕೀ ಕೀ ಸೋ ಸೋ ಲಾಗ್ಯಾಲೋ' ಘೋಷಣೆಗೆ ರಿಂಚೆನ್‌ನ ಕಿವಿ ನೆಟ್ಟಗಾಯ್ತು. ಮೆಷಿನ್ ಗನ್ನಿನ ಆಕ್ರಮಣವನ್ನು ನಿಲ್ಲಿಸುವಂತೆ ಹೇಳಿದ. ಅತ್ತ ಮೇಜರ್ ಅಹ್ಲುವಾಲಿಯಾರ ತಂಡ ಎರಡು ಗಂಟೆಗಳ ಕಾಲ ಬಿಟ್ಟೂಬಿಡದೇ ಕಾದಾಡಿ ಪಾಕಿಸ್ತಾನದ ಐದು ಸೈನಿಕರನ್ನು ಕೊಂದು ಮೆಷಿನ್ ಗನ್ನು ಚಲಾಯಿಸುತ್ತಿದ್ದ ಸೈನಿಕನನ್ನು ವಶಕ್ಕೆ ಪಡೆದುಕೊಂಡಿತು. ಅತ್ಯಂತ ಪ್ರಮುಖವಾದ ಗುಡ್ಡವೊಂದು ಭಾರತದ ಪಾಲಾಗಿತ್ತು.

ಗುಡ್ಡದ ಮೇಲೆ ನಿಂತ ರಿಂಚೆನ್ ಸುತ್ತಲೂ ಕಣ್ಣಾಡಿಸಿ ಗಾಬರಿಯಾಗಿ ಬಿಟ್ಟಿದ್ದ. ಏಕೆಂದರೆ ಅದು ಎಂತಹ ಆಯಕಟ್ಟಿನ ಸ್ಥಳವಾಗಿತ್ತೆಂದರೆ ಸುತ್ತಮುತ್ತಲಿನ ಎಲ್ಲ ಪ್ರದೇಶಗಳೂ ಸುಲಭವಾಗಿ ಕಣ್ಣಿಗೆ ಕಾಣುವಂತಿದ್ದವು. ಶತ್ರುಗಳ ಮೇಲೆ ಗಮನವಿರಿಸಲು ಅದು ಸೂಕ್ತ ಜಾಗವಾಗಿತ್ತು. ಅಲ್ಲಿ ನಿಂತರೆ ನುಬ್ರಾ ಕಣಿವೆ, ಪರ್ತಾಪುರದಲ್ಲಿರುವ ಸೇನೆಯ ಮುಖ್ಯಾಲಯ, ಏರ್‌ಫೀಲ್ಡ್ ಎಲ್ಲವೂ ನಿಚ್ಚಳವಾಗಿ ಕಾಣುತ್ತಿದ್ದವು. ಪಾಕಿಸ್ತಾನಿಯರು ಈ ಜಾಗವನ್ನು ಆರಿಸಿಕೊಂಡಿದ್ದೇಕೆಂದು ರಿಂಚೆನ್‌ಗೆ ಅರ್ಥವಾಗಲು ಬಹಳ ಹೊತ್ತು ಹಿಡಿಯಲಿಲ್ಲ. ಅಲ್ಲಿಂದ ಮುಕ್ಕಾಲು ಕಿಲೋಮೀಟರ್‌ಗಳಿಗಿಂತಲೂ ಕಡಿಮೆ ದೂರದಲ್ಲಿ ಅವರ ಸೇನೆಯ ಮುಖ್ಯ ಕಛೇರಿಯಿರುವುದು ಗಮನಕ್ಕೆ ಬಂತು. ಸುಮಾರು 50 ಪಾಕಿ ಸೈನಿಕರು ಅದರ ರಕ್ಷಣೆಗೆಂದು ಸಿದ್ಧತೆ ನಡೆಸಿದ್ದರು. ಎಚ್ಚರಿಸಲೆಂದೇ ರಿಂಚೆನ್ ಮೆಷಿನ್ ಗನ್ನಿನ ಮೂಲಕ ಪ್ರತಿಕ್ರಿಯಿಸುವಂತೆ ತನ್ನ ತಂಡವನ್ನು ಕೇಳಿಕೊಂಡಿದ್ದ. ಪಾಕಿ ಸೈನಿಕರು ಧಾವಂತಗೊಂಡು ಅತ್ತಿಂದಿತ್ತ ಚಲಿಸುತ್ತಿದ್ದುದು ಅವನಿಗೆ ಬೈನಾಕ್ಯುಲರ್‌ನ ಮೂಲಕ ಕಾಣುತ್ತಿತ್ತು. ಬೆಳಗಿನ ಹೊತ್ತು ಪೂರ್ಣ ವಿಶ್ರಾಂತಿ ಪಡೆದು ಸಂಜೆ ಸುಮಾರು ಆರೂವರೆ ಗಂಟೆಗೆ 300 ಮೀಟರ್‌ಗಳಷ್ಟು ಕೆಳಗಿದ್ದ ಪಾಕಿ ಆಡಳಿತ ಕಛೇರಿಯೆಡೆಗೆ ರಿಂಚೆನ್‌ನ ಸೈನಿಕರು ಉರುಳಿಕೊಂಡು ಸಾಗಿದರು. ರಾತ್ರಿ ಸುಮಾರು 10 ಗಂಟೆಗೆ ಕಛೇರಿಯನ್ನು ಸುತ್ತುವರಿದು ನಿಂತಿದ್ದರು. ಅಲ್ಲಿ ಶತ್ರು ಸೈನಿಕರ ಯಾವ ಕುರುಹೂ ಇರಲಿಲ್ಲ. ಒಂದೋ ಕೊನೆ ಹಂತದವರೆಗೂ ಕಾದು ದಾಳಿ ಮಾಡುವ ತಾಳ್ಮೆ ತೋರುತ್ತಿದ್ದಿರಬೇಕು ಅಥವಾ ಆ ಜಾಗವನ್ನು ಬಿಟ್ಟು ಓಡಿರಬೇಕು. ಎರಡನೆಯದ್ದೇ ಸತ್ಯವಾಗಿತ್ತು.

ಹಾಸಿಗೆ, ಅನ್ನ ಸಾಮಗ್ರಿಗಳು, ಮದ್ದು-ಗುಂಡುಗಳು ಜೊತೆಗೆ ಸಾಕಷ್ಟು ಹೆಂಡ ಇವೆಲ್ಲವನ್ನೂ ಬಿಟ್ಟು ಪಾಕಿ ಸೈನಿಕರು ಸದ್ದಿಲ್ಲದಂತೆ ಕಾಣೆಯಾಗಿದ್ದರು! ರಿಂಚೆನ್ ಭಾರತೀಯ ಸೈನಿಕರ ಸಾಹಸವನ್ನು ಕೊಂಡಾಡಿ ಅವರಲ್ಲಿ ಉತ್ಸಾಹ ತುಂಬಿದ್ದಲ್ಲದೇ ಬೇಕಾದಷ್ಟು ಮಾಂಸದಡುಗೆಯನ್ನು ಮಾಡಿಕೊಂಡು ಉಣ್ಣುವಂತೆ ಕೇಳಿಕೊಂಡ. ಪ್ರಾಣಿಗಳ ಮೇಲೆ ಸಾಮಾನು-ಸರಂಜಾಮುಗಳನ್ನು ಹೊತ್ತು ತರುತ್ತಿದ್ದ ಕಾರಕೂನರಿಗೂ ಹೊಟ್ಟೆತುಂಬ ಉಣಬಡಿಸಿದ್ದಲ್ಲದೇ ಪಾಕಿಯರು ಬಿಟ್ಟುಹೋಗಿದ್ದ ಹಾಸಿಗೆ-ಹೊದಿಕೆಗಳನ್ನು ಎಲ್ಲರಿಗೂ ಹಂಚಿದ. ಮತ್ತೆ ಇಡಿಯ ರಾತ್ರಿ ಸೈನಿಕರಿಗೆ ಪೂರ್ಣ ವಿಶ್ರಾಂತಿ.

ಈಗ ಭಾರತೀಯ ಸೇನೆಯ ಮುಂದಿದ್ದುದು ಪಾಕಿಸ್ತಾನದ ಅತ್ಯಂತ ಪ್ರಮುಖ ತಾಣವಾದ ಚುಲುಂಖಾ ವಶಪಡಿಸಿಕೊಳ್ಳುವುದು. ಅದು ಪಾಕಿ ಸೈನ್ಯದ ಅತ್ಯಂತ ಪ್ರಮುಖ ಸೈನಿಕ ಸಂಕೀರ್ಣ. ಹತ್ತಿರದಲ್ಲೇ ಇದ್ದ ಗುಡ್ಡವೊಂದನ್ನೇರಿದ ರಿಂಚೆನ್ ಬೈನಾಕ್ಯುಲರ್‌ನಿಂದ ಪಾಕಿ ಸೈನ್ಯದ ಚಲನವಲನವನ್ನು ಗುರುತಿಸಿದ. ಅವರ ಪಡೆ ದೊಡ್ಡದಾಗಿರುವುದಲ್ಲದೇ ಭಾರತೀಯ ಸೇನೆಯನ್ನು ಎದುರಿಸಲು ಸಾಕಷ್ಟು ಸಿದ್ಧತೆ ನಡೆಸಿರುವುದು ಅವನ ಗಮನಕ್ಕೆ ಬಂತು. ಎಲ್ಲಕ್ಕೂ ಭಯಾನಕವಾದ ಸಂಗತಿಯೆಂದರೆ ಚುಲುಂಖಾ ತಲುಪಲು ಇದ್ದದ್ದು ಒಂದೇ ದಾರಿ. ಅದು ನದಿ ಹರಿಯುವ ಪಥವನ್ನು ಅನುಸರಿಸುವುದು. ಈ ನದಿ ಪಾಕಿಸ್ತಾನದ ಶಕ್ತಿ ಬಹುವಾಗಿರುವ

ಮಾರ್ಗದ ಮೂಲಕವೇ ಹಾದುಹೋಗುತ್ತಿದ್ದುದರಿಂದ ಆ ಮೂಲಕವೇ ಶತ್ರುಗಳನ್ನು ಎದುರಿಸ ಹೊರಡುವುದು ಸವಾಲೂ ಆಗಿತ್ತು. ರಿಂಚೆನ್ ತನ್ನ ಸೈನಿಕರಿಗೆ ಹೇಳಿ ಪಾಕಿಸ್ತಾನದ ಮೇಲೆ ಮೋರ್ಟಾರ್ ದಾಳಿ ನಡೆಸಿದ. ಅತ್ತಲಿಂದ ಯಾವ ಪ್ರತಿಕ್ರಿಯೆಯೂ ಬರಲಿಲ್ಲ. ಅವರು ಸಂಯಮದಿಂದ ಕಾಯುತ್ತಿದ್ದರು. ಈ ಸಂಯಮ ಭಯಾನಕ! ದಾರಿಯುದ್ದಕ್ಕೂ ಸಾಕಷ್ಟು ಲ್ಯಾಂಡ್‌ಮೈನ್‌ಗಳನ್ನು ಇಟ್ಟು ಭಾರತೀಯರನ್ನು ದಾರಿಯಲ್ಲೇ ಕೊಂದುಹಾಕುವ ಸಿದ್ಧತೆ ಪಾಕಿಸ್ತಾನಿಯರು ನಡೆಸಿದ್ದಿರಬಹುದು. ರಿಂಚೆನ್ ಮೇಜರ್ ಥಾಪಾರನ್ನು ಬಳಿ ಕರೆದು ಬಳಸು ದಾರಿಯೊಂದನ್ನು ಹಿಡಿದು ಪಾಕಿ ಸೈನಿಕರ ಕೋಟೆಯೊಳಗೆ ನುಗ್ಗುವಂತೆ ಆದೇಶಿಸಿದ. ಅದಾಗಲೇ ಮೇಜರ್ ಅಹ್ಲುವಾಲಿಯಾರೂ ಸೇರಿದಂತೆ ಅನೇಕ ಸೈನಿಕರು ಫ್ರಾಸ್ಟ್‌ಬೈಟ್‌ಗೆ ಒಳಗಾಗಿ ಅವರೆಲ್ಲರನ್ನೂ ಹೆಲಿಕಾಪ್ಟರ್‌ಗಳಲ್ಲಿ ಆಸ್ಪತ್ರೆಗೆ ಕಳಿಸಿಯಾಗಿತ್ತು.

ಉಳಿದಿರುವವರನ್ನು ಬಳಸಿಕೊಂಡೇ ಪಾಕಿಸ್ತಾನದ ಗುಹೆಯೊಳಗೆ ನುಗ್ಗುವ ಸಾಹಸ ಮಾಡಬೇಕಾಗಿತ್ತು. ಮೇಜರ್ ಥಾಪಾರೊಂದಿಗೆ ನಿರಂತರ ಸಂಪರ್ಕದಲ್ಲಿದ್ದುಕೊಂಡೇ ಮಾರ್ಗದರ್ಶನ ಮಾಡುತ್ತಾ ಮುಂದಿನ ನಡೆಯ ಕುರಿತಂತೆ ರಿಂಚೆನ್ ಯೋಚಿಸುತ್ತಿರುವಾಗಲೇ ಥಾಪಾರ ನಿಸ್ತಂತು ಯಂತ್ರ ಕೆಟ್ಟು ಸಂಪರ್ಕ ತಪ್ಪಿಹೋಯ್ತು. ಚೆವಾಂಗ್ ರಿಂಚೆನ್ ಚಡಪಡಿಸಿದ. ಮುಂದೇನು ಎಂದು ಯೋಚಿಸುವ ವೇಳೆಗೆ ಥಾಪಾರಿಂದ ಸುದ್ದಿ ಬಂತು. 'ಪಾಕಿ ಸೈನಿಕರ ಕೋಟೆಯೊಳಕ್ಕೆ ಬಂದಾಗಿದೆ ಆದರೆ ಶತ್ರುಗಳ ಸುಳಿವು

ಮಾತ್ರ ಇಲ್ಲ' ಅಂತ. ಸ್ವಲ್ಪ ಹೊತ್ತಿಗೆ ಮೇಜರ್ ಥಾಪಾ ಮತ್ತೆ ವಿಶೇಷ ಸುದ್ದಿಯೊಂದಿಗೆ ಬಂದರು. ಪಾಕಿಸ್ತಾನದ ಐದು ಸೈನಿಕರನ್ನು ಕೊಂದು ಒಬ್ಬ ಕಿರಿಯ ಅಧಿಕಾರಿಯನ್ನು ಬಂಧಿಸಲಾಗಿದೆ ಅಂತ! ರಿಂಚೆನ್ ಮೇಜರ್ ಥಾಪಾರನ್ನು ಕೂಡಿಕೊಳ್ಳಬೇಕೆಂದು ತವಕಿಸುತ್ತಿದ್ದ. ಆದರೆ ಪಾಕಿಸ್ತಾನದ ಕಡೆಯಿಂದ ನಿರಂತರವಾಗಿ ಶೆಲ್ ದಾಳಿಯಾಗುತ್ತಿದ್ದುದರಿಂದ ಅತ್ತ ಹೋಗುವುದು ಸುಲಭವಿರಲಿಲ್ಲ. ತನ್ನೊಳಗೆ ತಾನೇ 'ಒಂದಿಬ್ಬರು ನಿರ್ಭೀತ ಸೈನಿಕರು ತೆವಳಿಕೊಂಡು ಹೋಗಿ ಪಾಕಿಸ್ತಾನದ ಮೆಷಿನ್ ಗನ್ನುಗಳ ಮೇಲೆ ಗ್ರೆನೇಡ್ ಎಸೆಯುವಂತಹ ಸಾಹಸ ಮಾಡಿದ್ದಿದ್ದರೆ ಎಷ್ಟು ಚೆನ್ನಾಗಿರುತ್ತಿತ್ತಲ್ಲವೇ' ಎಂದು ಗೊಣಗಿಕೊಂಡ. ತಕ್ಷಣವೇ ಸೈನಿಕರಿಬ್ಬರು ಮುಂದೆ ಬಂದು ಪಾಕೀ ಮೆಷಿನ್‌ಗನ್ನಿನ ಪೋಸ್ಟ್‌ನತ್ತ ತೆವಳಿಕೊಂಡು ಹೋದರು. ಅತ್ತ ಗ್ರೆನೇಡುಗಳನ್ನು ಎಸೆದರಾದರೂ ಅದು ಸಾಕಷ್ಟು ರಕ್ಷಣೆ ಹೊಂದಿದ್ದ ಬಂಕರ್‌ಗೆ ಘಾಸಿ ಮಾಡುವಲ್ಲೂ ಸೋತುಹೋಯ್ತು. ಆಗ ಮುಂದೆ ಬಂದ ನಾಯಕ್ ಫತೇ ಮೊಹಮ್ಮದ್ 'ಕಾಫಿರರನ್ನು ನಾನು ಕೊಲ್ಲುತ್ತೇನೆ. ನನಗೆ ಕೈ ಬಾಂಬುಗಳು ಬೇಕಷ್ಟೇ' ಎಂದ. ಪಾಕಿಸ್ತಾನಿಯರೇ ಬಿಟ್ಟುಹೋಗಿದ್ದ ಗ್ರೆನೇಡುಗಳ ಡಬ್ಬವನ್ನೇ ಆತನ ಕೈಲಿಡಲಾಯ್ತು. ಬೆಳಗಿನ ಜಾವದ ವೇಳೆಗೆ ಆತನ ಪ್ರಯತ್ನದಿಂದಾಗಿ ಬಂಕರ್ ಸ್ತಬ್ಧಗೊಂಡಿತು.

ರಿಂಚೆನ್ ತಡಮಾಡದೇ ತನ್ನ ತಂಡದೊಂದಿಗೆ ಮೇಜರ್ ಥಾಪಾರ ಬಳಿ ಧಾವಿಸಿದ. ನಾಲೆಯ ಮೂಲಕ ಹಾದುಹೋಗಲು ಸಿದ್ಧವಾಗಿ ನಿಂತಿದ್ದ ಸೇನೆಯೂ ಕೂಡ ಅವಕಾಶವನ್ನು ಬಳಸಿಕೊಂಡು ಮುಂದುವರಿಯ-ಲಾರಂಭಿಸಿತು. ಸ್ವಲ್ಪ ಹೊತ್ತಿನಲ್ಲೇ ರಿಂಚೆನ್‌ರ ಬಳಿ ಧಾವಿಸಿ ಬಂದ ಸೈನಿಕನೊಬ್ಬ 'ಪಾಕಿಸ್ತಾನದ ಮೂರು ಸೈನಿಕರು ಮತ್ತು ಒಂದು ಮೆಷಿನ್ ಗನ್ನು ನಮ್ಮ ತೆಕ್ಕೆಯಲ್ಲಿದೆ' ಎಂಬ ಸುದ್ದಿ ಕೊಟ್ಟ. ರಿಂಚೆನ್ ತನ್ನ ಕಿವಿಗಳನ್ನು ತಾನೇ ನಂಬದಾದ. ಒಂದೇ ಒಂದು ಗುಂಡು ಇತ್ತಲಿಂದ ಹಾರದೇ ಈ ಸಾಧನೆ ಆಗಿದ್ದಾದರೂ ಹೇಗೆ?! ಸುದ್ದಿ ಮುಟ್ಟಿಸಿದ ಸೈನಿಕ 'ಮೆಷಿನ್ ಗನ್ನುಗಳನ್ನು ಶಾಂತಗೊಳಿಸಲೆಂದು ತೆವಳಿಕೊಂಡು ಹೋದ ಸೈನಿಕರು ಸೂಕ್ತ ಸಮಯಕ್ಕಾಗಿ ಕಾದಿದ್ದು ಬಲು ಹತ್ತಿರದಿಂದಲೇ ದಾಳಿಗೈದು ಈ ಸಾಧನೆ ಮಾಡಿದ್ದಾರೆ' ಎಂದ. ಕೆಲ ಹೊತ್ತಿನಲ್ಲೇ ಮೇಜರ್ ಥಾಪಾರ

ಜೊತೆಗೂಡಿದ ರಿಂಚೆನ್ ದಾಳಿಗೆ ಸಜ್ಜಾಗುವ ಹೊತ್ತಲ್ಲಿ ಮತ್ತೊಬ್ಬ ಸೈನಿಕ ಬಂದು ಮತ್ತೊಂದು ಸುದ್ದಿ ಕೊಟ್ಟ. 'ಪಾಕಿಸ್ತಾನದ ಬಂಕರ್‌ನೊಳಗಿಂದ ಬಿಳಿಯ ಬಾವುಟವೊಂದು ಮೇಲೆ ಹಾರಾಡುತ್ತಿದೆ' ಎಂದ. ತಕ್ಷಣ ದಾಳಿ ನಿಲ್ಲಿಸಿದ ರಿಂಚೆನ್ ಬಂದೂಕು ಕೆಳಗಿಟ್ಟು ಹೊರಬರುವಂತೆ ಪಾಕಿ ಸೈನಿಕರನ್ನು ಕೇಳಿಕೊಂಡ. ಒಬ್ಬೊಬ್ಬರಾಗಿ ಶರಣಾಗತಿಯನ್ನು ತೋರುತ್ತಾ ಹೊರಬಂದು ನಿಂತರು. ಲದಾಖಿ ಸ್ಕೌಟ್ಸ್‌ಗೆ ಸೇರಿದ ಸೈನಿಕನೊಬ್ಬ ರಾತ್ರಿಯಿಡೀ ಅನುಭವಿಸಿದ ನೋವು, ಛಳಿ ಇವುಗಳಿಂದ ಆಕ್ರೋಶಿತನಾಗಿದ್ದ. ಸಹಿಸಲಾಗದೇ ತನ್ನ ಗನ್ನು ತೆಗೆದು ಒಬ್ಬನನ್ನು ಕೊಂದೇಬಿಟ್ಟ. ಅವನ ಬಳಿ ಸಾರಿದ ಚೆವಾಂಗ್ ರಿಂಚೆನ್ ಕೆನ್ನೆಯ ಮೇಲೆ ಬಾರಿಸಿ ಶರಣಾಗತರಾದವರೊಂದಿಗೆ ಹೀಗೆ ನಡೆದುಕೊಳ್ಳಬಾರದೆಂದನಲ್ಲದೇ ಪಾಕೀ ಸೈನಿಕರ ಬಳಿ ಈ ಕುರಿತಂತೆ ಕ್ಷಮೆ ಯಾಚಿಸಿದ. 'ನೀವೆಲ್ಲರೂ ಧೀರ ಸೈನಿಕರು. ನಿಮ್ಮೆಲ್ಲರ ಶೌರ್ಯವನ್ನು ಮತ್ತು ರಾಷ್ಟ್ರನಿಷ್ಠೆಯನ್ನು ನಾನು ಗೌರವಿಸತ್ತೇನೆ. ನಿಮ್ಮ ರಾಷ್ಟ್ರಕ್ಕಾಗಿ ಕಾದಾಡುವುದು ನಿಮ್ಮ ಕರ್ತವ್ಯವಾಗಿತ್ತು ಮತ್ತು ನೀವು ಅದನ್ನು ಚೆನ್ನಾಗಿಯೇ ಮಾಡಿದ್ದೀರಿ. ಈಗ ನೀವು ಶರಣಾಗತರಾದ ನಂತರ ನಮ್ಮ ಅತಿಥಿಗಳು ಮತ್ತು ಗೆಳೆಯರೂ ಆಗಿದ್ದೀರಿ' ಎಂದು ವಿಶ್ವಾಸ ತುಂಬಿದ.

ನಿರಂತರ ಹೋರಾಟಗಳ ನಂತರವೂ ರಿಂಚೆನ್‌ನ ಉತ್ಸಾಹ ಒಂದಿನಿತೂ ಕುಂದಿರಲಿಲ್ಲ. ಪಾಯಿಂಟ್ 18402 ವಶಪಡಿಸಿಕೊಂಡ ತರುವಾಯ ಪಾಕೀ ಸೈನ್ಯಮುಖ್ಯಾಲಯವನ್ನು ಗೆಲ್ಲಲಾಗಿತ್ತು. ಆನಂತರ ಚುಲುಂಖಾದಲ್ಲಿರುವ ಪಾಕಿಸ್ತಾನೀ ರಕ್ಷಣಾ ಸಂಕೀರ್ಣವನ್ನು ತೆಕ್ಕೆಗೆ ಹಾಕಿಕೊಳ್ಳಲಾಗಿತ್ತು. ಇಷ್ಟರ ನಡುವೆಯೂ ಪಾಕಿಸ್ತಾನದ ಅನೇಕ ಸೈನಿಕರು ತೀರಿಕೊಂಡಿದ್ದರು. ಮೂರ್ನಾಲ್ಕು ಜನರನ್ನು ವಶಪಡಿಸಿಕೊಳ್ಳಲಾಗಿತ್ತು. ಕೆಲವರು ಶರಣಾಗತರೂ ಆಗಿದ್ದರು. ಆದರೆ, ಭಾರತದ ಪೈಕಿ ಒಬ್ಬೇ ಒಬ್ಬ ಸೈನಿಕ ಹತನಾಗಿರಲಿಲ್ಲ. ಒಂದಷ್ಟು ಜನ ಚಳಿಯನ್ನು ತಾಳಿಕೊಳ್ಳಲಾಗದೇ ಗಾಯಗೊಂಡಿದ್ದರು ಅಷ್ಟೇ! ಇವೆಲ್ಲದರ ನಡುವೆಯೂ ರಿಂಚೆನ್‌ನನ್ನು ಕಾಡುತ್ತಿದ್ದ ಅಂಶವೊಂದೇ. ಇನ್ನೊಂದು ದಿಕ್ಕಿನಲ್ಲಿ ಕದನಕ್ಕೆ ತೆರಳಿದ ಕ್ಯಾಪ್ಟನ್ ಕಾಲಿಯಾರ ಸುದ್ದಿ ಇರಲಿಲ್ಲ. ಚುಲುಂಖಾದ ಗುಡ್ಡವನ್ನೇರಿ ನಿಂತು ಬೈನಾಕ್ಯುಲರ್‌ನ ಮೂಲಕ ಕಣ್ಣಾಡಿಸುತ್ತಿದ್ದಂತೆ ಪಾಕಿಸ್ತಾನದ 20ಕ್ಕೂ ಹೆಚ್ಚು ಸೈನಿಕರು ಬಿಳಿಯ ಬಾವುಟ ಹಿಡಿದು ನಡೆದು

ಹೋಗುತ್ತಿದ್ದುದನ್ನು ಕಂಡ. ಅದು ಕ್ಯಾಪ್ಟನ್ ಕಾಲಿಯಾರೆದುರಿಗೆ ಶರಣಾಗುತ್ತಿರುವ ಪಾಕಿ ಪಡೆ ಎಂದು ಗೊತ್ತಾದೊಡನೆ ರಿಂಚೆನ್‌ನ ಆನಂದಕ್ಕೆ ಪಾರವೇ ಇರಲಿಲ್ಲ. ಶತ್ರುಗಳ ಎದೆಯೊಳಗೆ ರಿಂಚೆನ್ ಈಗ ಹೆದರಿಕೆಯ ವಸ್ತುವಾಗಿಬಿಟ್ಟಿದ್ದ. ಇತ್ತ ಭಾರತೀಯ ಸೇನೆಗೂ ರಿಂಚೆನ್‌ನ ವೇಗ ತಡೆದುಕೊಳ್ಳುವುದು ಕಷ್ಟವೇ ಆಗಿತ್ತು. ಆತ ದಿನಕ್ಕೊಂದು ಪ್ರಮುಖ ಠಾಣ್ಯಗಳನ್ನು ಗೆಲ್ಲುತ್ತಾ ಮುನ್ನುಗ್ಗುತಲಿದ್ದ. ಆತ ಗೆದ್ದುದನ್ನು ರಕ್ಷಿಸಿಕೊಳ್ಳಲು ಬೇಕಾದಷ್ಟು ಸೈನಿಕರನ್ನು ತುರ್ತಾಗಿ ಕಳಿಸುವುದೂ ಮುಖ್ಯ ಕಛೇರಿಗೆ ಸಾಧ್ಯವಾಗುತ್ತಿರಲಿಲ್ಲ! ತನಗೆ ಕೊಟ್ಟಿದ್ದ ಕೆಲಸದ ಮೊದಲ ಹಂತ ಮುಗಿಯುವ ವೇಳೆಗೆ ಇಬ್ಬರು ಜೂನಿಯರ್ ಕಮ್ಯಾಂಡಿಂಗ್ ಆಫಿಸರ್‌ಗಳನ್ನು, 38 ಸಿಪಾಯಿಗಳನ್ನು, 4 ರಜಾಕಾರರನ್ನು ರಿಂಚೆನ್‌ನ ಪಡೆ ಯುದ್ಧಖೈದಿಗಳಾಗಿ ಬಂಧಿಸಿತ್ತು. ಆರು ಮೋರ್ಟಾರ್‌ಗಳು, 6 ಮೆಷಿನ್ ಗನ್ನುಗಳು, 63 ರೈಫಲ್ಲುಗಳಲ್ಲದೇ ಇತರ ಯುದ್ಧಸಾಮಗ್ರಿಗಳೂ, ಅಪಾರ ಪ್ರಮಾಣದ ಮದ್ದು-ಗುಂಡುಗಳು ನಮ್ಮ ತೆಕ್ಕೆಗೆ ಬಿದ್ದಿದ್ದವು. ಆಹಾರ ಸಾಮಗ್ರಿಯಂತೂ ಮುಂದಿನ 6 ತಿಂಗಳಿಗೆ ಸಾಕಾಗುವಷ್ಟು ಸಿಕ್ಕಿತ್ತು. 1971ರ ಯುದ್ಧದಲ್ಲಿ ಚೆವಾಂಗ್ ರಿಂಚೆನ್ ತೋರಿದ ಈ ಸಾಹಸವನ್ನು ಸೈನ್ಯದ ಇತಿಹಾಸ ಖಂಡಿತ ಮರೆಯಲಾರದು!

ಅಧ್ಯಾಯ 10

ಗೆಲ್ಲುವುದಷ್ಟೇ ಅಲ್ಲ; ಮರುನಿರ್ಮಾಣವೂ ಆಗಬೇಕು

ಡಿಸೆಂಬರ್ 4ಕ್ಕೆ ತನ್ನ ತುಕಡಿಯನ್ನು ತೆಗೆದುಕೊಂಡು ಹೊರಟಿದ್ದ ಚೆವಾಂಗ್ ರಿಂಚೆನ್ ಡಿಸೆಂಬರ್ 11ರ ವೇಳೆಗೆ ಚುಲುಂಖಾದವರೆಗಿನ ಪ್ರಮುಖ ಠಾಣ್ಯಗಳನ್ನೆಲ್ಲಾ ವಶಪಡಿಸಿಕೊಂಡುಬಿಟ್ಟಿದ್ದ. 12ನೇ ತಾರೀಖು ಮುಂದಿನ ಆಕ್ರಮಣವನ್ನು ತಂಡದೊಂದಿಗೆ ಚರ್ಚಿಸಿ ಮುಂದುವರೆಯುವ ದಿನವಾಗಿತ್ತು. ಶ್ಯೋಕ್ ನದಿಯ ಎಡದಂಡೆಯ ಮೇಲಿರುವ ತುರ್ತುಕ್‌ನ ಮೇಲೆ, ಬಲದಂಡೆಯ ಮೇಲಿರುವ ಥಾಂಗ್‌ನ ಮೇಲೆ ಆಕ್ರಮಣ ಮಾಡುವ ಯೋಜನೆಯದು. ಅಂದು ರಾತ್ರಿ ರಿಂಚೆನ್ ಕಳಿಸಿದ್ದ ಗೂಢಚರ ಪಡೆ ಬಹುಮುಖ್ಯ ಮಾಹಿತಿಯನ್ನು ತಂದಿತು. ಪಾಕಿಸ್ತಾನೀ ತುಕಡಿ ತುರ್ತುಕ್‌ನ ದಾರಿಯುದ್ದಕ್ಕೂ ರಸ್ತೆ ತಡೆಗಳನ್ನು ನಿರ್ಮಾಣ ಮಾಡುತ್ತಿತ್ತಲ್ಲದೇ ಸ್ಥಳೀಯ ಜನರು ಇದಕ್ಕೆ ಸಹಕರಿಸುತ್ತಿದ್ದರು. ಭಾರತೀಯ ಸೇನೆ ಚುಲುಂಕಾದವರೆಗಿನ ಗೆಲುವು ಸಾಧಿಸಿದ್ದು ಪಾಕಿಸ್ತಾನಿಯರಿಗೆ ಗಾಬರಿ ಹುಟ್ಟಿಸಿತ್ತು. ಹೀಗಾಗಿ ಪ್ರತಿದಾಳಿಗಾಗಿ ಅವರೀಗ ಸೇನೆಯನ್ನು ಮರುಸಂಘಟಿಸಿಕೊಳ್ಳುತ್ತಿದ್ದರು. ಅಂದೇ ರಾತ್ರಿ ತನ್ನ ಸೈನ್ಯಪಡೆಗೆ ತುರ್ತುಕ್‌ನತ್ತ ಹೊರಡುವ ಆಜ್ಞೆ ಕೊಟ್ಟ ರಿಂಚೆನ್ ಶತ್ರುಸೇನಾ ಪಡೆ ಮೋರ್ಟಾರ್ ದಾಳಿಗೆ ಸಿಲುಕುವಷ್ಟು ಸಮೀಪಕ್ಕೆ ತನ್ನ ಪಡೆಯನ್ನು ನಿಲ್ಲಿಸಿಕೊಂಡ. ರಸ್ತೆ ತಡೆಗಳನ್ನು ಹೊಡೆದುರುಳಿಸುವುದು ಅವರ ಮೊದಲ ಗುರಿಯಾಗಿತ್ತು. ಅದರಂತೆ ಭಯಂಕರ ದಾಳಿಯನ್ನು ಸಂಘಟಿಸಲಾಯ್ತು. ನಾಯ್ಕ್ ಸುಬೇದಾರ್ ಅಂಗ್ಡೂಸ್ ಅವರಿಗೆ ತುರ್ತುಕ್‌ನ ಜವಾಬ್ದಾರಿ ವಹಿಸಿಕೊಡಲಾದರೆ ಮೇಜರ್ ಥಾಪಾಗೆ ಥಾಂಗ್ ಉದ್ದಕ್ಕೂ ಇರುವ ರಸ್ತೆ ತಡೆಗಳನ್ನು ನಾಶಮಾಡುವ ಜವಾಬ್ದಾರಿ. ಮೇಜರ್ ರಿಂಚೆನ್ ಒಟ್ಟಾರೆ ತುರ್ತುಕ್‌ನ ಮೇಲೆ ದಾಳಿ ನಡೆಸುವ ಜವಾಬ್ದಾರಿ ಪಡೆದುಕೊಂಡಿದ್ದರು. 13ರ ರಾತ್ರಿ ದಾಳಿ ಶುರುವಾಯ್ತು. ದಾರಿಯುದ್ದಕ್ಕೂ ಇದ್ದ ದೊಡ್ಡ-ದೊಡ್ಡ ಕಲ್ಲಿನ ಬಂಡೆಗಳನ್ನು ಸಿಡಿಸುತ್ತಾ ಮೋರ್ಟಾರ್ ದಾಳಿಯ ರಕ್ಷಣೆಯೊಳಗೆ ಭಾರತೀಯ ಸೇನೆ ಮುಂದುವರೆಯಿತು. ರಾತ್ರಿ

10ಗಂಟೆಯ ವೇಳೆಗೆ ಮೋರ್ಟಾರು ದಾಳಿಯನ್ನು ನಿಲ್ಲಿಸಿ ಭಾರತೀಯ ಸೇನೆ ಮುನ್ನುಗ್ಗಲಾರಂಭಿಸಿತು. ನಾವೇ ನಡೆಸುವ ದಾಳಿಗೆ ನಮ್ಮ ಸೈನಿಕರೇ ಬಲಿಯಾಗದಿರಲೆಂಬ ಮುನ್ಸೂಚನೆ ಅದು. ಬೆಳಗಿನ ಜಾವ ಒಂದು ಗಂಟೆಯ ವೇಳೆಗೆ ತುರ್ತುಕ್‌ನ ಹಳ್ಳಿಯನ್ನು ದಾಟಿಕೊಂಡು ಸೇನಾ ಮುಖ್ಯನೆಲೆಯನ್ನು ಸುತ್ತುವರಿಯಲಾಯ್ತು. ಅತ್ತಲಿಂದ ಯಾವ ಪ್ರತಿಕ್ರಿಯೆಯೂ ಇರಲಿಲ್ಲ. ನಾಯಿ ಬೊಗಳುವ, ಕತ್ತೆಗಳು ಅರಚುವ, ದನಗಳ ಅಂಬಾ ಸದ್ದು ಬಿಟ್ಟರೆ ಮತ್ತೇನೂ ಕೇಳುತ್ತಿರಲಿಲ್ಲ. ಯಾವ ಮನೆಗಳಲ್ಲೂ ಬೆಳಕೂ ಕಾಣುತ್ತಿರಲಿಲ್ಲ. ಒಳಗಿನಿಂದ ಚಿಲಕ ಹಾಕಿಕೊಂಡು ಅಲ್ಲಿನ ಜನತೆ ಭಾರತೀಯ ಸೇನೆ ಎಷ್ಟು ಬಡಿದರೂ ಬಾಗಿಲು ತೆಗೆಯಲಿಲ್ಲ.

ಕೊನೆಗೆ ದೊಡ್ಡದಾದ ಬಂಗಲೆಯೊಂದು ಗೋಚರವಾಯ್ತು. ಅದೆಷ್ಟು ಬಾಗಿಲು ಬಡಿದರೂ ಆ ಬಂಗಲೆಯ ಬಾಗಿಲು ತೆರೆದುಕೊಳ್ಳಲೇ ಇಲ್ಲ. ಆಗ ರಿಂಚೆನ್ ಸ್ಥಳೀಯ ಬಾಲ್ಟಿ ಭಾಷೆಯಲ್ಲಿ ಮಾತನಾಡುತ್ತಾ ತಾನು ಹತ್ತಿರದ ಹಳ್ಳಿಯ ಕೂಲಿಯವ ಎಂದು ಪರಿಚಯಿಸಿಕೊಂಡ ನಂತರವೇ ಬಾಗಿಲು ತೆರೆಯಲ್ಪಟ್ಟಿದ್ದು. ತಕ್ಷಣವೇ ತನ್ನ ಜೇಬಿನಲ್ಲಿದ್ದ ಪಿಸ್ತೂಲನ್ನು ತೆರೆದು ಬಾಗಿಲು ತೆಗೆದವನ ಹಣೆಗೆ ಗುರಿಯಿಟ್ಟ ಚೆವಾಂಗ್ ರಿಂಚೆನ್ 'ಭಾರತೀಯ ಸೈನಿಕರಿಂದ ನೀವು ಹೆದರಬೇಕಾದ್ದಿಲ್ಲ. ನಾವು ನಿಮಗೆ ಯಾವ ತೊಂದರೆಯನ್ನೂ ಕೊಡುವುದಿಲ್ಲ. ಇಲ್ಲಿ ಪಾಕಿಸ್ತಾನದ ಸೈನಿಕರಿದ್ದಾರೋ ಇಲ್ಲವೋ ಎಂಬ ಸತ್ಯ ಹೇಳಿದರೆ ಸಾಕು' ಎಂದ. ತಕ್ಷಣವೇ ಪ್ರತಿಕ್ರಿಯಿಸಿದ ಒಳಗಿನ ವ್ಯಕ್ತಿ, 'ದೇವರಾಣೆಗೂ ಇಲ್ಲಿ ಯಾರೂ ಉಳಿದಿಲ್ಲ. ನಿನ್ನೆ ಕತ್ತಲಾಗುತ್ತಿದ್ದಂತೆ ಅವರೆಲ್ಲಾ ಈ ಊರು ಬಿಟ್ಟು ಓಡಿಹೋಗಿದ್ದಾರೆ. ಪಾಕಿಸ್ತಾನದ ಕ್ಯಾಂಪು ಧ್ವಂಸಗೊಂಡಿದೆ' ಎಂದ. ರಿಂಚೆನ್ ಪಡೆ ಮನೆಯನ್ನೊಮ್ಮೆ ಪೂರ್ತಿ

ಹುಡುಕಾಡಿ ಅನುಮಾನಾಸ್ಪದವಾದ್ದು ಏನೂ ಇಲ್ಲದಿರುವುದನ್ನು ಖಾತ್ರಿ ಪಡಿಸಿಕೊಂಡಿತು. ಆ ಊರಿನ ಹಿರಿಯರು ಅಲ್ಲಿನ ಸಿರಿವಂತರಾಗಿದ್ದು ಪಂಚಾಯಿತಿಯ ಸದಸ್ಯರೂ ಆಗಿದ್ದರು. ಮನೆಯೊಳಗೆ ದೀಪ ಬೆಳಗುವಂತೆ

ರಿಂಚೆನ್ ಧೈರ್ಯ ತುಂಬಿದ್ದಲ್ಲದೇ 23 ವರ್ಷಗಳ ಪಾಕಿಸ್ತಾನದ ಹಿಡಿತದಿಂದ ಅವರನ್ನೆಲ್ಲಾ ಪಾರುಮಾಡಲೆಂದೇ ಭಾರತೀಯ ಸೇನೆ ಬಂದಿರುವುದೆಂಬುದನ್ನು ಸ್ಥಳೀಯ ಭಾಷೆಯಲ್ಲೇ ವಿವರಿಸಿ ಹೇಳಿದ. ಆತ ಗಮನಿಸಿದ ಮತ್ತೊಂದು ಸಂಗತಿಯೆಂದರೆ. ಮನೆಯಲ್ಲಿ ಗಂಡಸರು ಮಾತ್ರ ಇದ್ದರು. ಭಾರತೀಯ ಸೇನೆಯ ಕುರಿತಂತೆ ಪಾಕಿಸ್ತಾನ ಮುಂದಿಟ್ಟಿದ್ದ ಸುಳ್ಳುಗಳಿಗೆ ಹೆದರಿ ಅಲ್ಲಿನ ಹೆಣ್ಣುಮಕ್ಕಳೆಲ್ಲಾ ಭಯದಿಂದ ತತ್ತರಿಸಿ ಕಾಲುವೆಯ ಬದಿಯಲ್ಲಿ ಅಡಗಿಕೊಂಡಿದ್ದರು. ರಿಂಚೆನ್ ತಡಮಾಡದೇ ಪಂಚಾಯತ್‌ನ ಅಧ್ಯಕ್ಷರ ನೇತೃತ್ವದಲ್ಲಿ ಸಭೆಯೊಂದನ್ನು ಕರೆಯುವುದು ಒಳಿತೆಂದು ನಿರ್ಧರಿಸಿದ. ಅಲ್ಲಿನ ಅಧ್ಯಕ್ಷರಿಗೆ ತಾನು ನುಬ್ರಾ ಕಣಿವೆಯ ತರುಣನೆಂದು ಪರಿಚಯಿಸಿಕೊಂಡ. ದೈವಕೃಪೆಯಿಂದ ಸ್ಥಳೀಯರೊಬ್ಬರು ರಿಂಚೆನ್‌ನ ಗುರುತುಹಚ್ಚಿಬಿಟ್ಟರು. ಇದು ಉಳಿದವರಿಗೆ ಧೈರ್ಯ ತುಂಬಿದ ಸಂಗತಿಯಾಗಿತ್ತು. ಬೆಳಿಗ್ಗೆ 9 ಗಂಟೆಗೆ ಊರಿನವರನ್ನೆಲ್ಲಾ ಸೇರಿಸಿ ಮಾತನಾಡುವಂತೆ ನಿಶ್ಚಯವಾಯ್ತು. ಸುಮಾರು 1000 ವೃದ್ಧರು, ತರುಣರೆಲ್ಲಾ ಮೇಜರ್ ರಿಂಚೆನ್‌ನ ಮಾತು ಕೇಳಲು ಕಾದುಕುಳಿತಿದ್ದರು. ಹಿಂದೂಸ್ತಾನ್ ಜಿಂದಾಬಾದ್ ಘೋಷಣೆಗಳು ದಶದಿಕ್ಕಿಗೆ ಮೊಳಗಿದವು. ಸೈನಿಕರಿಗಾಗಿ ಅನೇಕರು ಹಣ್ಣುಗಳನ್ನು, ಗೋಡಂಬಿ–ದ್ರಾಕ್ಷಿಗಳನ್ನು ತಂದಿದ್ದರು. ರಿಂಚೆನ್ ಮಾತನಾಡುತ್ತಾ, '23 ವರ್ಷಗಳ ನಂತರ ನಿಮ್ಮನ್ನೆಲ್ಲಾ ಮತ್ತೊಮ್ಮೆ ಭಾರತಕ್ಕೆ ಸ್ವಾಗತಿಸುತ್ತೇನೆ. ನಿಮ್ಮ ಸ್ತ್ರೀಯರನ್ನು, ಮಕ್ಕಳನ್ನು ಮರಳಿ ಕರೆತನ್ನಿ. ಅವರು ನಮ್ಮ ತಾಯಿ–ತಂಗಿಯರಿದ್ದಂತೆ. ಅವರ ರಕ್ಷಣೆ ನಮ್ಮ ಹೊಣೆ. ಅವರೊಂದಿಗೆ ಯಾರಾದರೂ ಕೆಟ್ಟದ್ದಾಗಿ ನಡೆದುಕೊಂಡರೆ ಶಿಕ್ಷೆ ಕೊಡುವ ಹೊಣೆಗಾರಿಕೆ ನನ್ನದ್ದು' ಎಂದದ್ದಲ್ಲದೇ 'ನೀವೀಗ ಭಾರತೀಯ ನಾಗರಿಕರಾಗಿರುವುದರಿಂದ ಧೈರ್ಯವಾಗಿರಿ. ಇಲ್ಲಿ ಮಿತ್ರರನ್ನು ಮಾಡಿಕೊಳ್ಳಿ. ನಿಮ್ಮ ಪವಿತ್ರ ಕ್ಷೇತ್ರಗಳಿಗೆ ಧೈರ್ಯವಾಗಿ ಹೋಗಿಬನ್ನಿ. ಭಾರತ ಪ್ರಜಾಪ್ರಭುತ್ವ ರಾಷ್ಟ್ರವಾಗಿರುವುದರಿಂದ ಇಲ್ಲಿ ಎಲ್ಲಾ ಮತ–ಪಂಥಗಳ ಜನ ಹಾಯಾಗಿ ಬದುಕುತ್ತಾರೆ' ಎಂದೂ ಹೇಳಿದ. ಸೇರಿದ ಜನ ಉತ್ಸಾಹಿತರಾಗಿ ಘೋಷಣೆಗಳನ್ನು ಕೂಗಿದರು. ರಿಂಚೆನ್‌ಗೆ 'ನುಬ್ರಾದ ನವಾಬ' ಎಂಬ ಬಿರುದುಕೊಟ್ಟು ಗೌರವಿಸಿದರು! ಕರ್ನಲ್ ಉದಯ್‌ಸಿಂಗ್ ಕೂಡ ಕೆಲವು ಸಮಯದಲ್ಲೇ ಅಲ್ಲಿಗೆ ಬಂದರು.

ಸಂಜೆ 4 ಗಂಟೆಯ ವೇಳೆಗೆ ಭಾರತೀಯ ಸೇನೆಯ ಮೇಲಿನ ವಿಶ್ವಾಸ ಎಷ್ಟು ಬಲವಾಗಿತ್ತೆಂದರೆ ಮುಖಕ್ಕೆ ಕಪ್ಪುಬಣ್ಣ ಬಳಿದುಕೊಂಡು ಯಾರಿಗೂ ಗುರುತು ಸಿಗದಂತೆ ತಮ್ಮ ಮಕ್ಕಳು ಮತ್ತು ಅಗತ್ಯ ವಸ್ತುಗಳೊಂದಿಗೆ ಕಾಲುವೆಯ ಬಳಿ ಅಡಗಿಕೊಂಡಿದ್ದ ತಾಯಂದಿರು ಊರಿಗೆ ಮರಳಿ ಬಂದರು! ಸ್ಥಳೀಯರಿಗೆ ಸೋಪು ಮತ್ತು ಉಪ್ಪಿನ ಕೊರತೆಯಿದೆ ಎಂದರಿತ ರಿಂಚೆನ್ ಸೇನಾಮುಖ್ಯಕಛೇರಿಗೆ ಹೇಳಿ ಹೆಲಿಕಾಪ್ಟರ್‌ನ ಮೂಲಕ ತರಿಸಿಕೊಂಡು ಅದನ್ನು ಸ್ಥಳೀಯರಿಗೆ ಹಂಚಿಸಿದ. ಕೆಲವೇ ಗಂಟೆಗಳಲ್ಲಿ ಸುಬೇದಾರ್ ಅಂಗ್ಡೂಸ್ ಕೂಡ ಮರಳಿ ಬಂದು ಪಾಕೀ ಸೇನೆ ತುರ್ತುಕ್ ಟಾಪ್‌ನಿಂದಲೂ ಓಡಿಹೋಗಿದೆ ಎಂಬ ಸುದ್ದಿ ಮುಟ್ಟಿಸಿದರು.

ಕದನ ಇನ್ನೂ ಮುಗಿದಿರಲಿಲ್ಲ. ತುರ್ತುಕ್‌ನಿಂದ ಆರು ಕಿಲೊಮೀಟರ್ ದೂರದಲ್ಲಿರುವ ತ್ಯಾಕ್ಷಿ ಹಳ್ಳಿಯನ್ನು ವಶಪಡಿಸಿಕೊಳ್ಳಬೇಕಿತ್ತು. 14ರ ರಾತ್ರಿ 9 ಗಂಟೆಯ ವೇಳೆಗೆ ಭಾರತದ ಪಡೆಯೊಂದು ಅದನ್ನು ವಶಪಡಿಸಿಕೊಂಡಿತ್ತು. ಈ ಹಾದಿಯಲ್ಲಿ ಅನೇಕ ಪಾಕ್ ಸೈನಿಕರು ಜೀವ ತೆತ್ತಿದ್ದರು. ಮರುದಿನ ಬೆಳಿಗ್ಗೆ ರಿಂಚೆನ್ ಅಲ್ಲಿಗೆ ಹೋಗಿ ಓಡಿಹೋಗಿದ್ದ ಪಾಕಿ ಸೈನಿಕರ ಕುರಿತಂತೆ ವರದಿ ಪಡೆದುಕೊಂಡರು. ಇಲ್ಲಿಯೂ ಕೂಡ ಅವರು ಸ್ಥಳೀಯರನ್ನುದ್ದೇಶಿಸಿ ಮಾತನಾಡುತ್ತಾ ಅವರೆಲ್ಲರನ್ನೂ ವಿಶ್ವಾಸದ ಪರಿಧಿಗೆ ಎಳೆದುಕೊಂಡಿದ್ದರು. ತುರ್ತುಕ್‌ನಲ್ಲಿ ಸ್ಥಳೀಯರೊಂದಿಗಿನ ಭಾರತ ಸೇನೆಯ ನಡವಳಿಕೆ ಉಳಿದೆಲ್ಲಾ ಹಳ್ಳಿಗಳಿಗೂ ಕಾಡಬೆಂಕಿಯಂತೆ ಹಬ್ಬಿತ್ತು. ಡಿಸೆಂಬರ್ 15 ನುಬ್ರಾ ಕಣಿವೆಯ ಸೈನಿಕರ ಪಾಲಿಗೆ ಹೊಸವರ್ಷವಾಗಿತ್ತು. ಅವರೆಲ್ಲರೂ ಅದರ ಸಂಭ್ರಮವನ್ನು ಆಚರಿಸಬೇಕೆಂದು ಕಾಯುತ್ತಿದ್ದರೆ ರಿಂಚೆನ್ ಇಂತಹ ಸಂದರ್ಭದಲ್ಲಿ ಒಂದು ದಿನ ತಡಮಾಡುವುದು ಸರಿಯಲ್ಲವೆಂದು ಸೈನಿಕರಿಗೆ ತಿಳಿಹೇಳಿ ಪಾಕಿಸ್ತಾನದ ಮತ್ತೊಂದು ಠಾಣ್ಯವನ್ನು ವಶಪಡಿಸಿಕೊಂಡು ಹೊಸವರ್ಷವನ್ನು ಭರ್ಜರಿಯಾಗಿಯೇ ಆಚರಿಸೋಣವೆಂಬ ಸಲಹೆ ಕೊಟ್ಟರು. ಆದರೆ ಅಂದಿನ ಊಟ ಮಾತ್ರ ಅದ್ದೂರಿಯಾಗಿರುವಂತೆ ನೋಡಿಕೊಂಡಿದ್ದು ರಿಂಚೆನ್. ಸ್ಥಳೀಯರು ಉಚಿತವಾಗಿ ಕೊಡುತ್ತೇನೆಂದರೂ ಕೇಳದೇ ಪೂರ್ಣ ಹಣಕೊಟ್ಟು 12 ಕುರಿಗಳನ್ನು ತರಿಸಿ ಸೈನಿಕರಿಗೆ ಭರ್ಜರಿ ಊಟ ಮಾಡಿಸಲಾಯ್ತು. ಹಿರಿಯ ಅಧಿಕಾರಿಗಳಿಂದ ಅನುಮತಿ ಪಡೆದು ಹೆಚ್ಚಿನ ಹೆಂಡವನ್ನೂ

ವಿತರಿಸಲಾಯ್ತು. ಅಂದು ಸಂಜೆ ಥಾಂಗ್ ಪ್ರಾಂತವನ್ನು ಗೆದ್ದ ಸುದ್ದಿ ರಿಂಚೆನ್‌ಗೆ ಸಿಕ್ಕಿತು. ಮುಂದೆ ಪಾಕಿಸ್ತಾನದ ಇನ್ನುಳಿದ ಠಾಣ್ಯಗಳ ಮೇಲೆ ದಾಳಿಗೆ ತಯಾರಾಗುವ ವೇಳೆಗೆ ಆಕಾಶವಾಣಿಯ ಸುದ್ದಿ ಸೈನಿಕರನ್ನು ತಲುಪಿತು. ಪಾಕಿಸ್ತಾನ ಕದನವಿರಾಮಕ್ಕೆ ಒಪ್ಪಿಕೊಂಡಿತ್ತು. ಯುದ್ಧವನ್ನು ನಿಲ್ಲಿಸುವಂತೆ ಭಾರತವನ್ನು ಕೇಳಿಕೊಂಡಿತ್ತು. ಅಲ್ಲಿಗೆ ಡಿಸೆಂಬರ್ 7ಕ್ಕೆ ಶುರುವಾದ ರಿಂಚೆನ್‌ನ ಸೈನಿಕ ಪಡೆಯ ಕದನ 10 ದಿನಗಳ ಕಾಲ ನಡೆದಿತ್ತು. ಜಗತ್ತಿನ ಯುದ್ಧ ಇತಿಹಾಸದಲ್ಲೇ ಅತ್ಯಂತ ಎತ್ತರದ ಪಾಯಿಂಟ್ 18402 ವಶಪಡಿಸಿ ಕೊಳ್ಳಲಾಗಿತ್ತು. 800 ಚದರ ಕಿಲೋಮೀಟರ್ ವ್ಯಾಪ್ತಿಯ ಚುಲುಂಕಾ ಪ್ರದೇಶವನ್ನು ಭಾರತ ತನ್ನ ತೆಕ್ಕೆಗೆ ಹಾಕಿಕೊಂಡಿತ್ತು. ಇದು 1971ರಲ್ಲಿ ವಶಪಡಿಸಿಕೊಂಡ ಅತ್ಯಂತ ದೊಡ್ಡ ಭೂಪ್ರದೇಶ! ಅನೇಕ ಪಾಕೀ ಸೈನಿಕರು ಕೊಲ್ಲಲ್ಪಟ್ಟಿದ್ದರು, ಸಾಕಷ್ಟು ಜನ ಯುದ್ಧಖೈದಿಗಳಾಗಿ ಸಿಕ್ಕಿದ್ದರು. ದೊಡ್ಡಮಟ್ಟದ ಯುದ್ಧಸಾಮಗ್ರಿಗಳು ಭಾರತೀಯರ ತೆಕ್ಕೆಗೆ ಬಿದ್ದಿದ್ದವು. ವಶಪಡಿಸಿಕೊಂಡ ಹೊದಿಕೆಗಳು, ಖಾದ್ಯ ಸಾಮಗ್ರಿಗಳು ಲೆಕ್ಕವಿಲ್ಲದಷ್ಟು. ಭಾರತೀಯ ಪಡೆಯಲ್ಲಿ ಒಬ್ಬೇ ಒಬ್ಬರು ಹುತಾತ್ಮರಾಗದಿದ್ದುದು ಈ ಕದನದಲ್ಲಿ ಹೋರಾಟ ತೋರಿದ ಶೈಲಿ! ರಿಂಚೆನ್‌ನ ಕದನ ಶೈಲಿಯಲ್ಲಿ ಗುಡ್ಡ–ಬೆಟ್ಟಗಳನ್ನು ಹತ್ತಿದ ನಂತರವೂ ಅಗತ್ಯವಿದ್ದಷ್ಟು ವಿಶ್ರಾಂತಿಯೂ ಸಿಗುವ ವ್ಯವಸ್ಥೆ ಇದ್ದುದರಿಂದ ತುಕಡಿ ಸದಾ ಉತ್ಸಾಹಭರಿತವಾಗಿಯೇ ಕಾಣುತ್ತಿತ್ತು. ಇದು ಭಾರತೀಯ ಸೇನೆಯ ಕದನ ಸಾಮರ್ಥ್ಯವನ್ನು ಜಗಜ್ಜಾಹೀರುಗೊಳಿಸಿತ್ತು. ಈ ಹತ್ತೂ ದಿನಗಳ ಕದನದಲ್ಲಿ ಭಾರೀ ತೋಪುಗಳ ಸಹಕಾರವಾಗಲೀ ವಿಮಾನಗಳ ಸಹಕಾರವಾಗಲೀ ತೆಗೆದುಕೊಳ್ಳದೇ ಇದ್ದದ್ದು ಬಲುವಿಶಿಷ್ಟ. ಹೆಚ್ಚು ಹೆಚ್ಚು ಗ್ರೆನೇಡುಗಳು ಮತ್ತು ಬಾಯೊನೆಟ್ಟುಗಳನ್ನು ಬಳಸಿದ ಭಾರತೀಯ ಪಡೆ ಯುದ್ಧಕ್ಕೆ ಆನಂತರ ಹೆಚ್ಚು ಬಳಕೆ ಮಾಡಿದ್ದು ಪಾಕಿಸ್ತಾನಿಯರು ಬಿಟ್ಟು ಹೋದ ಮದ್ದು–ಗುಂಡುಗಳನ್ನೇ ಎಂಬುದನ್ನು ಮರೆಯುವಂತಿಲ್ಲ!

ಕದನವೆಲ್ಲಾ ಮುಗಿದ ನಂತರ ಹಿರಿಯ ಅಧಿಕಾರಿಯೊಬ್ಬರು ಚಹಾ ಕುಡಿಯುತ್ತಾ ಕುಳಿತಿದ್ದಾಗ ರಿಂಚೆನ್‌ನ ಹೆಗಲಿಗೆ ತೂಗಿಬಿದ್ದ ರಿವಾಲ್ವರ್ ಅನ್ನು ತೋರಿಸಿ, 'ಪಾಕಿಸ್ತಾನದ ವಿರುದ್ಧ ಇದನ್ನು ಬಳಸಿದೆಯಾ?' ಎಂದು ಕೇಳಿದರು. ರಿಂಚೆನ್ ನಗುತ್ತಾ 'ಅಗತ್ಯವೇ ಬರಲಿಲ್ಲ. ಗ್ರೆನೇಡು ಮತ್ತು

ಪಾಕಿಸ್ತಾನಿಯರು ಬಿಟ್ಟುಹೋದ ಮದ್ದು-ಗುಂಡುಗಳೇ ನನಗೆ ಸಾಕಾಯ್ತು' ಎಂದ. ಹಿರಿಯ ಅಧಿಕಾರಿ ನಗುತ್ತಾ 'ನಮ್ಮ ಶಸ್ತ್ರ ದಾಸ್ತಾನನ್ನು ಸಾಕಷ್ಟು ಉಳಿಸಿದೆ ಬಿಡು.' ಎಂದರು.

ರಿಂಚೆನ್‌ನ ಸಾಧನೆಯ ಅರಿವು ನಮಗಾಗಬೇಕೆಂದರೆ 1971ರ ಯುದ್ಧದಲ್ಲೇ ಈ ಪಡೆ ತುರ್ತುಕ್‌ನ ಬಳಿ ಹೊರಟಾಗ ಬ್ರಿಗೇಡಿಯರ್ ವಿಗ್‌ರ ನೇತೃತ್ವದಲ್ಲಿ ಕಾರ್ಗಿಲ್ ದಿಕ್ಕಿನತ್ತ ಹೊರಟ ಮತ್ತೊಂದು ಪಡೆಯ ಕುರಿತಂತೆ ಅರಿಯಬೇಕು. ಈ ತಂಡ 110 ಚದರ ಕಿಲೋಮೀಟರ್‌ಗಳನ್ನು ವಶಪಡಿಸಿಕೊಂಡಿತ್ತಾದರೂ ಅದಕ್ಕಾಗಿ 55 ಜನ ಆಹುತಿಯಾಗಿದ್ದರು. 195 ಜನ ಗಾಯಾಳುಗಳಾಗಿದ್ದರೆ, 28 ಜನ ಕಾಣೆಯಾಗಿದ್ದರು. ರಿಂಚೆನ್ ತನ್ನ ಚಾಕಚಕ್ಯತೆಯಿಂದಲೇ ಮದ್ದು-ಗುಂಡುಗಳನ್ನು ಉಳಿಸಿದ್ದನಷ್ಟೇ ಅಲ್ಲ, ಸೈನಿಕರ ಜೀವವನ್ನೂ ಕಾಪಾಡಿದ್ದ. ಜೊತೆಗೆ ಈ ಹತ್ತು ದಿನಗಳಲ್ಲಿ ಆತ 22 ಕಿಲೋಮೀಟರ್‌ನಷ್ಟು ದೂರ ಕ್ರಮಿಸಿದ್ದನಲ್ಲದೇ 800 ಚದರ ಕಿಲೋಮೀಟರ್‌ನಷ್ಟು ಶತ್ರುಪಡೆಯ ಪ್ರದೇಶವನ್ನು ವಶಕ್ಕೆ ತೆಗೆದುಕೊಂಡಿದ್ದ!

ಯುದ್ಧ ಗೆದ್ದ ಮೇಲೆ ರಿಂಚೆನ್‌ನ ಕೆಲಸ ಮುಗಿದಿರಲಿಲ್ಲ. ಅವನೀಗ 23 ವರ್ಷಗಳಿಂದ ಪಾಕಿಸ್ತಾನದ ಶೋಷಣೆಯಿಂದ ಹಾಳಾಗಿಹೋಗಿದ್ದ ಆ ಹಳ್ಳಿಗಳನ್ನು ಪುನರ್‌ನಿರ್ಮಿಸಬೇಕೆಂಬ ಆಲೋಚನೆ ಹೊತ್ತುಕೊಂಡಿದ್ದ. ಅಲ್ಲಿ ಶಾಲೆಗಳ ಕೊರತೆಯಿತ್ತು, ನ್ಯಾಯಬೆಲೆ ಅಂಗಡಿಗಳಿರಲಿಲ್ಲ, ಅವಶ್ಯಕ ವಸ್ತುಗಳನ್ನು ಕೊಳ್ಳಲು ಬಲುದೂರ ಹೋಗಬೇಕಾಗಿತ್ತು. ಕ್ಲಿನಿಕ್ ಇದ್ದರೂ ವೈದ್ಯರಿರಲಿಲ್ಲ. ಪ್ರಾರ್ಥನಾ ಮಂದರಿಗಳು ಅನೇಕ ವರ್ಷಗಳಿಂದ ರಿಪೇರಿಯಾಗಿರಲಿಲ್ಲ. ಪಾಕಿಸ್ತಾನ ಸರ್ಕಾರ ಯಾವ ಅಭಿವೃದ್ಧಿ ಕಾರ್ಯಗಳಿಗೂ ಹಣವನ್ನೇ ಬಿಡುಗಡೆಮಾಡಿರಲಿಲ್ಲ. ಪಶ್ಚಿಮದ ಇಸ್ಲಾಮಾಬಾದ್‌ನಲ್ಲಿ ಕುಳಿತ ಆಳುವ ವರ್ಗ ಪೂರ್ವದ ಈ ಭಾಗವನ್ನು ಪೂರ್ಣ ಕಡೆಗಣಿಸಿಬಿಟ್ಟಿದ್ದರು. ಹಾಗೆಂದೇ ಅಲ್ಲಿ ಜನಾಂದೋಲನ ನಡೆಯುತ್ತಿದ್ದುದು. ಭಾರತ ಆ ಜನಾಂದೋಲನಕ್ಕೆ ಬೆಂಬಲಕೊಟ್ಟು ಪೂರ್ವ ಪಾಕಿಸ್ತಾನವನ್ನು ಪಶ್ಚಿಮ ಪಾಕಿಸ್ತಾನದಿಂದ ಬೇರ್ಪಡಿಸಿ ಪ್ರತ್ಯೇಕರಾಷ್ಟ್ರವಾಗಿ ನಿರ್ಮಿಸಿದ್ದು ಆಗಲೇ. ಜನರ ವಿಶ್ವಾಸವನ್ನು ಗಳಿಸಲೆಂದು ಈ ಹೊತ್ತಿನಲ್ಲೇ ರಿಂಚೆನ್ ನ್ಯಾಯಬೆಲೆ

ಅಂಗಡಿಗಳನ್ನು ತೆರೆದು ಕಡಿಮೆ ಬೆಲೆಯಲ್ಲಿ ಆಹಾರ ವಸ್ತುಗಳು ಸಿಗುವಂತೆ ವ್ಯವಸ್ಥೆ ಮಾಡಿದ. ಬಟ್ಟೆ, ಸೀಮೆಎಣ್ಣೆಯೇ ಮೊದಲಾದ ವಸ್ತುಗಳು ಸುಲಭವಾಗಿ ದೊರೆಯುವಂತೆ ಮಾಡಲು ಸಹಕಾರಿ ಸಂಸ್ಥೆಗಳನ್ನು ತೆರೆದದ್ದು ಆಗಲೇ. ವೈದ್ಯಕೀಯ ಸೇವೆಗೆಂದು ಬಂದಿದ್ದ ತಮ್ಮವರನ್ನೇ ಅಲ್ಲಿನ ಆಸ್ಪತ್ರೆಯಲ್ಲಿ ಇರಿಸಲಾಯಿತು. ಅಲ್ಲಿನ ಶಾಲೆಗಳಿಗೆ ಸ್ಥಳೀಯರನ್ನೇ ಶಿಕ್ಷಕರಾಗಿ ಆಯ್ಕೆ ಮಾಡಿಕೊಳ್ಳಲಾಯ್ತು. ಒಬ್ಬ ತಹಸಿಲ್ದಾರ್‌ರನ್ನು, ಪೊಲೀಸು ಮುಖ್ಯಸ್ಥರನ್ನೂ ನೇಮಿಸಿ ಅವರ ಸಮಸ್ಯೆಗಳನ್ನು ಆಲಿಸುವ ವ್ಯವಸ್ಥೆ ಮಾಡಿಕೊಡಲಾಯ್ತು. ಲೇಹ್ ಶ್ರೀನಗರಗಳಿಗೆ ಭೇಟಿಕೊಡುವ ಅನುಮತಿಯನ್ನು ಕೊಡಿಸಲಾಯ್ತು. ಸೈನ್ಯವೇ ವಿಶೇಷವಾಗಿ ಹಣ ಬಿಡುಗಡೆ ಮಾಡಿ ಪ್ರಾರ್ಥನಾ ಮಂದಿರಗಳನ್ನು ರಿಪೇರಿ ಮಾಡಿಸಿತು. ಅಗತ್ಯವಿದ್ದೆಡೆ ಮೂಲಭೂತ ಸೌಕರ್ಯಗಳನ್ನು ಒದಗಿಸಿಕೊಡಲಾಯ್ತು. ಭಾರತೀಯ ಸೇನೆ ಗ್ರೆನೇಡು, ಬಾಯನೆಟ್ಟುಗಳನ್ನು ಬಳಸಿ ಪಾಕೀ ಸೈನಿಕರ ವಿರುದ್ಧ ಯುದ್ಧವನ್ನು ಗೆದ್ದಿತ್ತು, ಆದರೆ ಈ ಎಲ್ಲಾ ಚಟುವಟಿಕೆಗಳ ಮೂಲಕ ಸ್ಥಳೀಯರ ಹೃದಯವನ್ನೇ ಗೆದ್ದುಬಿಟ್ಟಿತ್ತು!

ಅಧ್ಯಾಯ 11

ಕಾರ್ಮೋಡಕ್ಕೂ ಬೆಳ್ಳಿಗೆರೆ ಇದೆ

ಎರಡು ಮಹಾವೀರಚಕ್ರಗಳು, ಮತ್ತೊಂದು ಸೇನಾ ಮೆಡಲ್‌ನ ಮೂಲಕ ಸಿಂಗರಿಸಲ್ಪಟ್ಟ ಚೆವಾಂಗ್ ರಿಂಚೆನ್ ಶಾಂತವಾಗಿ ಕಾಲ ಕಳೆದದ್ದು ಹೆಚ್ಚು– ಕಡಿಮೆ ಇಲ್ಲವೆಂದೇ ಹೇಳಬೇಕು. ಯುದ್ಧವಿರುವಾಗಲಂತೂ ಬಿಡಿ, ಯುದ್ಧವಿಲ್ಲದಾಗಲೂ ರಿಂಚೆನ್ ಸುಮ್ಮನಿರುವಂತಿರಲಿಲ್ಲ. ಅತ್ಯಂತ ಸೂಕ್ಷ್ಮ ಪ್ರದೇಶವಾದ್ದರಿಂದ ತನ್ನ ಪಡೆಯನ್ನು ಸದಾ ಯುದ್ಧಸನ್ನದ್ಧ ಸ್ಥಿತಿಯಲ್ಲಿರಿಸಲು ಶ್ರಮಿಸುತ್ತಲೇ ಇರಬೇಕಿತ್ತು. ಈ ಸಾಹಸದ ನಡುವೆ ಆತ ವೃತ್ತಿ ಜೀವನದಲ್ಲಿ ಮೇಲಕ್ಕೆ ಏರಲು ತಾನು ಒಂದಷ್ಟು ಪರೀಕ್ಷೆಗಳನ್ನು ಪಾಸು ಮಾಡಲೇಬೇಕೆಂಬುದನ್ನು ಮರೆತುಬಿಟ್ಟಿದ್ದ. ಈ ಪರೀಕ್ಷೆಗಳಲ್ಲಿ 1971ರ ಕದನಕ್ಕೆ ಮುಂಚೆಯೇ ಆತ ಮೊದಲ ಮೂರು ವಿಭಾಗಗಳ ಪರೀಕ್ಷೆಗಳನ್ನು ಪಾಸು ಮಾಡಿಕೊಂಡುಬಿಟ್ಟಿದ್ದ. ನಾಲ್ಕನೇ ವಿಭಾಗದ ಆರು ಪರೀಕ್ಷೆಗಳಲ್ಲಿ ಮೂರರಲ್ಲಿ ಯಶಸ್ವಿಯಾಗಿದ್ದ. ಯುದ್ಧಾನಂತರ ಮತ್ತೆರಡನ್ನೂ ಮುಗಿಸಿಕೊಂಡ. ಆದರೆ, ಪ್ರಚಲಿತ ವಿದ್ಯಮಾನವೆಂಬ ಒಂದು ಪರೀಕ್ಷೆಯನ್ನು

ಮಾತ್ರ ಎಷ್ಟೇ ಹೆಣಗಾಡಿದರೂ ಆತ ಪಾಸು ಮಾಡಲು ಸಾಧ್ಯವೇ ಆಗಲಿಲ್ಲ. ಸದಾ ಮಂಜಿನ ಬೆಟ್ಟಗಳಲ್ಲೇ ಕಳೆದುಹೋಗಿರುತ್ತಿದ್ದ ರಿಂಚೆನ್‌ಗೆ ಈ ಪರೀಕ್ಷೆ ಪಾಸು ಮಾಡುವುದು ಸುಲಭವೂ ಆಗಿರಲಿಲ್ಲ. ಏಕೆಂದರೆ ಸಮಕಾಲೀನ ವಿದ್ಯಮಾನಗಳನ್ನು ಅರಿತುಕೊಳ್ಳಲು ಪತ್ರಿಕೆಗಳನ್ನು ಓದುವುದೋ ಪುಸ್ತಕಗಳನ್ನು ಅಧ್ಯಯನ ಮಾಡುವುದುನ್ನೋ ಮಾಡಬೇಕಿತ್ತಲ್ಲ. ಅದಕ್ಕೆಲ್ಲಾ ಪುರಸೊತ್ತೆಲ್ಲಿ? ತುರ್ತುಕ್‌ನಿಂದ ಮುಖ್ಯಕಛೇರಿಗೆ ವರ್ಗಾಯಿಸಿದರೆ ಅಧ್ಯಯನ ಮಾಡಿ ಪರೀಕ್ಷೆಯಾದರೂ ಪಾಸು ಮಾಡಿಕೊಳ್ಳಬಹುದೆಂಬುದು ಆತನ ಭಾವನೆಯಾಗಿತ್ತು. ಅದಕ್ಕಾಗಿ ಸಲ್ಲಿಸಿದ ಬೇಡಿಕೆಯನ್ನು ಸೈನ್ಯ ಪುರಸ್ಕರಿಸಲಿಲ್ಲ. ಏಕೆಂದರೆ ಆ ಹೊತ್ತಿನಲ್ಲಿ ಆ ಭಾಗದಲ್ಲಿ ಸೈನಿಕ ಚಟುವಟಿಕೆ ಹೇಗೆ ನಡೆಯುತ್ತಿತ್ತೆಂದರೆ ರಿಂಚೆನ್‌ರನ್ನು ಅಲ್ಲಿಂದ ವರ್ಗಾಯಿಸುವ ಧೈರ್ಯ ಯಾರಿಗೂ ಇರಲಿಲ್ಲ. 1976ರಲ್ಲಿ ಜಮ್ಮುವಿನ ಎನ್‌ಸಿಸಿ ಬಟಾಲಿಯನ್‌ಗೆ ನೇಮಿಸಿದಾಗ ರಿಂಚೆನ್ ಪ್ರಚಲಿತ ವಿದ್ಯಮಾನ ಪರೀಕ್ಷೆಯಲ್ಲಿ ಎರಡು ಬಾರಿ ಅನುತ್ತೀರ್ಣಗೊಂಡ. 1978ರಲ್ಲಿ ಪಾಲಂಪುರಕ್ಕೆ ವರ್ಗಾವಣೆಯಾದಾಗ ರಿಂಚೆನ್ ಪ್ರಚಲಿತ ವಿದ್ಯಮಾನದ ಪರೀಕ್ಷೆಯಿಂದ ತನಗೆ ವಿನಾಯಿತಿಕೊಡಬೇಕೆಂದು ವಿನಂತಿಸಿಕೊಂಡರೂ ಸೇನೆ ಅದನ್ನು ನಿರಾಕರಿಸಿಬಿಟ್ಟಿತು. ನೊಂದ ಸಹೃದಯಿ ಅಧಿಕಾರಿಯೊಬ್ಬರು ತಾವೇ ತರಬೇತಿ ಕೊಟ್ಟು ಮತ್ತೊಮ್ಮೆ ಪರೀಕ್ಷೆ ಬರೆಯುವಂತೆ ರಿಂಚೆನ್‌ನ ಮನವೊಲಿಸಿದರು. ಮತ್ತೆ ರಿಂಚೆನ್ ಅನುತ್ತೀರ್ಣ! ಈ ಬಾರಿ ಮತ್ತೊಮ್ಮೆ ಬೇಡಿಕೆ ಮಂಡಿಸಿದ ರಿಂಚೆನ್ ಲೆಫ್ಟಿನೆಂಟ್ ಕರ್ನಲ್ ರ್‍ಯಾಂಕಿಗೆ ತನ್ನನ್ನು ಏರಿಸಬೇಕೆಂದು ಕೇಳಿಕೊಂಡ. ಆಗಿನ ಅಧಿಕಾರಿ ಅದನ್ನು ತಿರಸ್ಕರಿಸಿ ಈ ಒಂದು ಪರೀಕ್ಷೆಯಲ್ಲಿ ಅನುತ್ತೀರ್ಣರಾದ ಕಾರಣದಿಂದಾಗಿ ರಿಂಚೆನ್‌ನ ಬಡ್ತಿಯ ಏಳು ವರ್ಷಗಳು ಕಳೆದೇ ಬಿಟ್ಟವು ಎಂದು ನೆನಪಿಸಿಕೊಟ್ಟ.

ಬಂದೂಕು ಹಿಡಿದು ಶತ್ರುಗಳ ಎದೆಯೊಳಗೆ ಹೆದರಿಕೆಯ ಕಿಚ್ಚು ಹಚ್ಚಬಲ್ಲ ಸಾಮರ್ಥ್ಯವಿದ್ದ ರಿಂಚೆನ್ ಒಂದು ಪರೀಕ್ಷೆಯಲ್ಲಿ ಉತ್ತೀರ್ಣನಾಗಲಾರದೇ ಚಡಪಡಿಸುತ್ತಿದ್ದ. ಸಣ್ಣ ನಿಯಮ ಬದಲಾವಣೆಗೂ ಆ ಹೊತ್ತಿನಲ್ಲೇ ಸೇನೆ ಒಪ್ಪದಿದ್ದುದು ದುರ್ಭಾಗ್ಯವೇ ಸರಿ. ತನ್ನ ಭಾಗ್ಯವನ್ನು ತಾನೇ ಹಳಿದುಕೊಂಡ ರಿಂಚೆನ್ ಹತಾಶನಾಗಿ ನಿವೃತ್ತಿಗೊಳ್ಳುವ ಇಚ್ಛೆ

ವ್ಯಕ್ತಪಡಿಸಿದ. ಆತನನ್ನು ಒಲಿಸುವ ಎಲ್ಲಾ ಪ್ರಯತ್ನಗಳೂ ನಿಷ್ಫಲಗೊಂಡವು. ರಿಂಚೆನ್ ಅವಧಿಗೂ ಮುನ್ನ ನಿವೃತ್ತಿ ಪಡೆದೇಬಿಟ್ಟ. ಆಸಾಮಿ ಸುಮ್ಮನೆ ಕೂರಲಿಲ್ಲ. ಮುಂದಿನ ಮೂರು ವರ್ಷಗಳ ಕಾಲ ನಿವೃತ್ತ ಸೈನಿಕರ ಸಮಸ್ಯೆಗಳಿಗೆ ಪರಿಹಾರ ಹುಡುಕುವ ಪ್ರಯತ್ನ ಮಾಡುತ್ತಲೇ ಇದ್ದ. ಅವರಿಗಾಗಿ ಲೇಹ್‌ನಲ್ಲಿ ಹೌಸಿಂಗ್ ಕಾಲೊನಿಯೊಂದನ್ನು ನಿರ್ಮಿಸಿದ!

ಕಾರ್ಮೋಡಕ್ಕೂ ಬೆಳ್ಳಿಗೆರೆಯಿದೆ. 1983ರಲ್ಲಿ ಮೇಜರ್ ಚೆವಾಂಗ್ ರಿಂಚೆನ್‌ನ ಹಿರಿಯ ಅಧಿಕಾರಿಯಾಗಿ ಕೆಲಸ ನಿರ್ವಹಿಸಿದ್ದ ಲೆಫ್ಟಿನೆಂಟ್ ಜನರಲ್ ಚಿಬ್ಬಾರ್ ಲೇಹ್‌ಗೆ ಭೇಟಿಕೊಟ್ಟಿದ್ದರು. ರಿಂಚೆನ್‌ನನ್ನು ಭೇಟಿಯಾಗಿ ಮತ್ತೊಮ್ಮೆ ಸೇನೆಗೆ ಸೇರುವಂತೆ ಮನವೊಲಿಸಿದರು. ಅವರ ಪ್ರಯತ್ನದ ಫಲವಾಗಿಯೇ ಮಹಾಸೇನಾನಿಯಾಗಿದ್ದ ರಿಂಚೆನ್‌ನ ಸೇವಾ ಹಿರಿತನ ಆತ ಸೇನೆಗೆ ಸೇರಿಕೊಂಡ ದಿನದಿಂದಲೇ ಲೆಕ್ಕಹಾಕಲ್ಪಟ್ಟಿತ್ತು. ಅದಾದ ಕೆಲವು ದಿನಗಳಲ್ಲೇ ಆತ ಕಾತರದಿಂದ ಕಾಯುತ್ತಿದ್ದ ಆ ದಿನ ಬಂದೇಬಿಟ್ಟಿತು. ಇಷ್ಟೂ ದಿನಗಳ ಕಾಲದ ಅನಿಶ್ಚಿತತೆ, ಅಸಹನೆ, ಮಾನಸಿಕ ಕಿರಿಕಿರಿಗಳಿಗೆಲ್ಲಾ ಅಂದು ಮುಕ್ತಿ ದೊರೆಯಿತು. ಲೇಹ್ ಹೆಲಿಪ್ಯಾಡ್‌ನಲ್ಲಿ ಅವರನ್ನು ಭೇಟಿಮಾಡಿದ ಜನರಲ್ ವೈದ್ಯ 'ನೀವಿನ್ನೂ ಲೆಫ್ಟಿನೆಂಟ್ ಕರ್ನಲ್‌ನ ಬ್ಯಾಡ್ಜನ್ನು ಧರಿಸಿಲ್ಲವೇಕೆ?' ಎಂದು ಕೇಳಿದರು. ರಿಂಚೆನ್ ಪ್ರಶ್ನಾರ್ಥಕವಾಗಿ ನೋಡಿದಾಗ, ಆ ಆಜ್ಞೆ ಅದಾಗಲೇ ಹೊರಟಾಗಿದೆ ಎಂಬುದನ್ನು ಅವರಿಗೆ ತಿಳಿಸಿದರು. ಆರ್ಮಿ ಕಮಾಂಡರ್ ಲೆಫ್ಟಿನೆಂಟ್ ಜನರಲ್ ಹೂನ್ ಮರುದಿನವೇ ಲೆಫ್ಟಿನೆಂಟ್ ಕರ್ನಲ್ ಬ್ಯಾಡ್ಜ್ ಧರಿಸಿ ಬರುವಂತೆ ರಿಂಚೆನ್‌ಗೆ ಆದೇಶಿಸಿದರು. ಮುಂದಿನ ಮೂರು ವರ್ಷಗಳ ಕಾಲ ಇದೇ ರ್‍ಯಾಂಕಿನೊಂದಿಗೆ ಕಾರ್ಯ ನಿರ್ವಹಿಸಿದ ರಿಂಚೆನ್‌ರನ್ನು ಕರ್ನಲ್ ಹುದ್ದೆಗೇರಿಸುವಂತೆ ಅಧಿಕಾರಿಗಳು ಕೋರಿಕೊಂಡಿದ್ದರು. ಆದರೆ ಮಧ್ಯದ ಮೂರು ವರ್ಷಗಳ ಕಾಲ ಅವರು ಸೇವೆಯಿಂದ ಹೊರಗಿದ್ದುದರಿಂದ ಸೇನೆ ಅದನ್ನು ಕೊಡಲೊಪ್ಪಲಿಲ್ಲ. ಆದರೆ ಗೌರವ ಕರ್ನಲ್ ಉಪಾಧಿಯನ್ನು ಅವರಿಗಿತ್ತು ಗೌರವಿಸಿತು!

ಲದಾಖಿನ ಕಣಿವೆಗಳಲ್ಲಿ ರಿಂಚೆನ್‌ನ ಹೆಸರಿನಿಂದ ತರುಣರು ಇಂದಿಗೂ ಸ್ಫೂರ್ತಿ ಪಡೆಯುತ್ತಾರೆ. ಅವರ ಭಾವಚಿತ್ರವನ್ನು ಕಂಡರೆ ಹೃದಯ ತುಂಬಿ

ನಮಿಸುತ್ತಾರೆ. 17ನೇ ವಯಸ್ಸಿನಲ್ಲಿ ದೇಶಕ್ಕೆದುರಾಗಿದ್ದ ಕಂಟಕದ ಸ್ಥಿತಿಯನ್ನು ನಿವಾರಿಸಲೆಂದು ಶಾಲೆಬಿಟ್ಟು ಬಂದ ತರುಣ ಈ ಪರಿ ಬೆಳೆದು ನಿಲ್ಲುತ್ತಾನೆಂದು ಯಾರೂ ಊಹಿಸಿರಲಿಲ್ಲ. ಇಂದಿನ ಪೀಳಿಗೆಯಾಗಿ ನಾವು ಮರೆತುಬಿಡಬಹುದು. ಆದರೆ ಇತಿಹಾಸ ರಿಂಚೆನ್‌ರನ್ನು ಮರೆಯಲಾರದು. ಆ ಸಾಹಸಮಯ ಬದುಕು ಅನೇಕ ದಶಕಗಳ ಕಾಲ ಸಮಾಜಕ್ಕೆ ಪ್ರೇರಣೆಯಾಗಲಿದೆ..